# കുട്ടികളുടെ എം.ടി.

## അമലു ഷാജി

1995-ൽ ജനനം. ഇടുക്കി ജില്ലയിലെ കട്ടപ്പന സ്വദേശിനി. ഷാജി കല്ലൂർ -ബിന്ദു ഷാജി ദമ്പതികളുടെ മകളാണ്. ജെ പി. എം. ആർട്ട്സ് ആന്റ് സയൻസ് കോളേജിൽ നിന്നും ഇംഗ്ലീഷ് സാഹിത്യത്തിൽ ബിരുദം നേടി. മഹാത്മാഗാന്ധി സർവ്വകലാശാലയിലെ സ്കൂൾ ഓഫ് ലെറ്റേഴ്സിൽ നിന്നും ബിരുദാനന്തരബിരുദം.

കല്ലൂർ ഹൗസ്

തൊവരയാർ പി.ഒ.

ഇരുപതേക്കർ, കട്ടപ്പന

ഇടുക്കി ജില്ല, പിൻ-685511

ഫോൺ: 8943012343

ഇ.മെയിൽ: amalushaji95@gmail.com

# കുട്ടികളുടെ എം.ടി.

അമലു ഷാജി

ലിപി പബ്ലിക്കേഷൻസ്
കോഴിക്കോട് - 673 002
വില: 90 രൂപ

Malayalam
**KUTTIKALUDE M.T.**
(Biography)
by
**AMALU SHAJI**
First Edition: April 2018

Typeset & Layout by LIPI DTP
Cover Designed by Vijeesh Lipi
Printed at Geethanjali Offset Prints


**Price: Rs. 90/-**

**Publishers**
**LIPI PUBLICATIONS**
Head Office
AL Ameen Building, 13/766- U 6
Rly.Stn. Link Road, Kozhikode - 673002
Tel: 0495-2700321

**Showroom**
**LIPI BOOKS**
B-12, Vikas Building, Rly. Stn. Link Road, Kozhikode-2
Tel: 0495-2700192 Mobile: 9847262583
Email: lipipublicationsclt@gmail.com
lipiakbar@gmail.com
www.lipipublications.com

# ഉള്ളടക്കം

# 1.

# വായനയുടെ ചിറകിലേറി

നനഞ്ഞ കുടകൾ സ്കൂൾ വരാന്തയിൽ നിവർത്തി വച്ച് ക്ലാസിലേയ്ക്ക് കയറി. ബെല്ലടിക്കാൻ ഇനിയും സമയമുണ്ട്. പക്ഷേ, ഞങ്ങൾക്ക് കളിക്കാനുള്ള സമയം തട്ടിയെടുത്താണ് പുറത്ത് മഴ തിമിർത്ത് ചെയ്യുന്നത്. ആദ്യം മലയാളം പിരീയഡാണ്. ക്ലാസ് ലീഡർ മിണ്ടുന്നവരുടെ പേരെഴുതാൻ പേപ്പറും പെൻസിലുമെടുത്ത് എഴുന്നേറ്റപ്പോൾ ക്ലാസിലെ ബഹളം പെയ്തുതോർന്നു. മലയാളം ക്ലാസ് ഞങ്ങൾക്കെല്ലാം ഒരുപാട് ഇഷ്ടമാണ്. അതിനൊരു കാരണമുണ്ട്.- രാമൻകുട്ടിമാഷ്. മാഷ് കവിതകൾ ഈണത്തിൽ ചൊല്ലിത്തരും, ഞങ്ങളെല്ലാവരും അതേറ്റു ചൊല്ലും. കഥയുടെ കാര്യമാണെങ്കിൽ പറയുകയും വേണ്ട. മാഷിന് ഒരുപാടൊരുപാട് കഥകളറിയാം. പഠിപ്പിക്കുന്നതിനിടെ ചെറിയ ചെറിയ കഥകളിലേക്ക് മാഷ് ഞങ്ങളെ കൂട്ടിക്കൊണ്ടു പോകും. പ്രത്യേക താളത്തിലാണ് കഥപറച്ചിൽ. ഞങ്ങൾ അതങ്ങനെ കേട്ടിരിക്കും. ഇന്നും പതിവുപോലെ ബെല്ലടിച്ച ഉടൻ മാഷ് ക്ലാസിലെത്തി ഹാജർ വിളികഴിഞ്ഞ് മലയാളപാഠാവലി തുറന്ന് മാഷ് കണ്ണോടിച്ചു, ഞങ്ങളെ എല്ലാവരെയും വാത്സല്യപൂർവ്വം ഒന്നു നോക്കി. എന്നിട്ട് ബോർഡിൽ കുറിച്ചു:

'കുട്ട്യേടത്തി'

'ഇന്ന് നമ്മൾ പഠിക്കാൻ പോകുന്നത് എന്താന്നറിയാമോ? മാഷിന്റെ ചോദ്യം കേട്ടപ്പോൾ എന്റെ കണ്ണുകളിൽ ആകാംക്ഷ തിളങ്ങി.'

നമ്മൾ ഇന്ന് പഠിക്കാൻ പോകുന്നത് നല്ലൊരു ചെറുകഥയാണ്. കഥ പഠിക്കും മുൻപ് കഥയെഴുതിയ ആളിന്റെ കഥ പറഞ്ഞാലോ? ഞങ്ങൾ തലയാട്ടി. 'അങ്ങനെയാണെങ്കിൽ എല്ലാവരും പുസ്തകം അടച്ചോ'. മാഷ് പറഞ്ഞപാടെ ഞങ്ങൾ പുസ്തകമടച്ച് കഥകേൾക്കാനുള്ള ആവേശത്തിൽ മാഷിന്റെ മുഖത്തേയ്ക്ക് നോക്കി. മാഷും പുസ്തകമടച്ച്, കണ്ണട നേരെയാക്കി. ചെറുതായൊന്ന് ചുമച്ചു.

'എം.ടി വാസുദേവൻ നായർ,

എല്ലാവർക്കും ഈ പേര് പരിചയമുണ്ടായിരിക്കുമല്ലോ അല്ലേ...' എം.ടി വാസുദേവൻ നായർ എന്ന മഠത്തിൽ തെക്കേപ്പാട്ട് വാസുദേവൻ നായരുടെ കഥ അങ്ങനെ മാഷ് ഞങ്ങളോട് പറഞ്ഞു തുടങ്ങി. എം.ടി വാസുദേവൻ നായർ എന്ന പേര് ഞങ്ങൾക്ക് പരിചിതമായിരുന്നെങ്കിലും കൂടുതൽ അറിയുവാനുള്ള ആഗ്രഹം ഞങ്ങളിൽ തെളിഞ്ഞു നിന്നു.

1933, അതായത് ഇന്ത്യയ്ക്ക് സ്വാതന്ത്ര്യം കിട്ടുന്നതിനും മുൻപ് ജൂലൈ 15-ാം തിയ്യതി പഴയ മദ്രാസ് പ്രസിഡൻസിയുടെ ഭാഗമായിരുന്ന മലബാറിലെ കൂടല്ലൂർ എന്ന ഗ്രാമത്തിലായിരുന്നു ഈ മഹാനായ എഴുത്തുകാരന്റെ ജനനം. ഇന്ന്, പാലക്കാട് ജില്ലയിലെ ഒറ്റപ്പാലം താലൂക്കിലാണ് സുന്ദരമായ ഈ ഗ്രാമം.

എം.ടിയുടെ അച്ഛനമ്മമാർ, പുന്നയൂർക്കുളം ടി. നാരായണൻ നായരും അമ്മാളുഅമ്മയുമാണ്. എം.ടിയ്ക്ക് മൂന്ന് മൂത്ത ജ്യേഷ്ഠ സഹോദരന്മാർ ഉണ്ടായിരുന്നു. മൂന്ന് ആൺകുട്ടികൾക്ക് ശേഷം അമ്മ വീണ്ടും ഗർഭിണിയായപ്പോൾ ഒരു പെൺകുട്ടിയായിരിക്കണമെന്ന് എല്ലാവരും ആഗ്രഹിച്ചു. കുടുംബത്തിൽ മുഴുവൻ പ്രാർത്ഥനയും അതായിരുന്നു. പക്ഷേ, അമ്മയുടെ ആരോഗ്യം തീരെ മോശമായിരുന്നു. അതുകൊണ്ട് ഗർഭമലസിപ്പിക്കാൻ തന്നെ തീരുമാനമെടുത്തു. അതൊരു കടുത്ത തീരുമാനമായിരുന്നു. നാട്ടുവൈദ്യത്തിലെ അംഗീകൃതമായ അറിവുകൾവച്ചുകൊണ്ട് തീക്ഷ്ണമായ മരുന്നുകൾ വിധിച്ചു. പക്ഷേ, ഗർഭസ്ഥശിശു മരിക്കാൻ തയ്യാറായില്ല. പരീക്ഷണങ്ങൾ മാസങ്ങളോളം തുടർന്നു. അവസാനം ശ്രമം തുടരേണ്ടയെന്ന് വൈദ്യന്മാർ തീരുമാനമെടുത്തു. തറവാട്ടുഭാഗത്തിൽ വീടില്ലാത്തതുകൊണ്ട് അമ്മയും അനുജത്തിയും ആങ്ങളമാരും മുത്തശ്ശിയും എല്ലാം എം.ടിയുടെ ഒരു വലിയമ്മയുടെ വീട്ടുപറമ്പിലെ- കൊത്തലങ്ങാട്ടേതിൽ- കൊട്ടിലിൽ കഴിയുകയായിരുന്നു. അവിടെ വച്ചാണ് നമ്മുടെ എം.ടി ജനിച്ചത്. വീണ്ടും ഒരു ആൺകുട്ടി എന്ന നിരാശയെക്കാൾ ഗർഭമലസിപ്പിക്കാൻ ചെയ്ത

ഔഷധ പ്രയോഗങ്ങൾകൊണ്ട് മോശം സ്ഥിതിയിലായ കുഞ്ഞിനെക്കുറിച്ചായിരുന്നു അമ്മയുടെ ആശങ്ക.

അത്ര ആരോഗ്യക്കുറവുള്ള കുട്ടി ജീവിക്കുമെന്നുപോലും പലരും കരുതിയില്ല. അതുല്യപ്രതിഭയുള്ള ആ കുഞ്ഞിന്റെ ജനനം മുൻപേ നിശ്ചയിക്കപ്പെട്ടിട്ടുള്ളതായിരുന്നു. ജനനശേഷവും കുഞ്ഞ് ജീവിക്കുമോ എന്ന് എല്ലാവർക്കും പേടിയുണ്ടായിരുന്നു. അത്ര ആരോഗ്യക്കുറവുണ്ടായിരുന്നു കുഞ്ഞിന്. പിന്നീട് എം.ടിയുടെ അമ്മ, എം.ടി അൽപംകൂടി വലുതായപ്പോൾ തെല്ലുവിഷമത്തോടെ പറയുമായിരുന്നത്രേ. അന്ന് എല്ലാരുംകൂടി കൊന്നുകളയാൻ നോക്കിയ കുട്ടിയായിരുന്നു ഇതെന്ന്.

ആരോഗ്യമില്ലായിരുന്ന കുഞ്ഞുഎം.ടി വാശിക്കാരനായിരുന്നു. വീട്ടിൽ വികൃതികളുടെ പൊടിപൂരം ഒരു മിനുട്ടുപോലും അടങ്ങിയിരുന്നില്ല. ശല്യം സഹിക്കാൻ പറ്റാതെ വന്നപ്പോൾ അമ്മ നിശ്ചയിച്ചു. 'ഇവനെ കോപ്പൻ മാഷുടെ സ്കൂളിൽ കൊണ്ടുപോയി ഇരുത്താം.'ഗ്രാമത്തിന്റെ വടക്കേപ്പകുതിയിലാണ് കോപ്പൻ മാസ്റ്റർ സ്കൂൾ നടത്തിയിരുന്നത്. അതൊരു കുടിപ്പള്ളിക്കൂടമായിരുന്നു. പണ്ടൊക്കെ അധ്യാപകരുടെ വീടിനോട് ചേർന്ന് കുട്ടികൾക്ക് ക്ലാസ് എടുത്തിരുന്നു. അതാണ് കുടിപ്പള്ളിക്കൂടം. അവിടെ എം.ടിയുടെ വലിയമ്മയുടെ മകൻ

കുട്ടനും പഠിക്കുന്നുണ്ടായിരുന്നു. കുട്ടൻ പഠിച്ചിരുന്നത് രണ്ടാം ക്ലാസിലായിരുന്നതുകൊണ്ട്, കൊച്ചുവാസുദേവനെയും രണ്ടാം ക്ലാസിൽ കുട്ടന്റെ അടുത്തിരുത്തി. കോപ്പൻ മാസ്റ്ററുടെ ക്ലാസിലിരുന്ന് എം.ടിയും സഹപാഠികളും ശ്രീകൃഷ്ണചരിതം മണിപ്രവാളം ചൊല്ലിയിരുന്നു. ശ്ലോകങ്ങളൊക്കെ മനപ്പാഠമാക്കാൻ എം.ടി യ്ക്ക് വലിയ ഉത്സാഹമായിരുന്നു. അങ്ങനെ കോപ്പൻ മാസ്റ്ററുടെ സ്കൂൾ വേനലവധിക്ക് പൂട്ടി. മഹാവികൃതിയായിരുന്ന കൊച്ചുവാസുദേവന്റെ ശാഠ്യം കുറഞ്ഞതുകണ്ട അമ്മ, അടുത്ത അധ്യയനവർഷത്തിൽ മലമക്കാവിലെ ഡിസ്ട്രിക്റ്റ് ബോർഡ് വകയായ എലിമെന്ററി സ്കൂളിൽ ചേർക്കാൻ തീരുമാനമെടുത്തു. ഒന്നരനാഴിക അകലെയാണ് സ്കൂൾ. അവിടെയാണ് എം.ടിയുടെ ഒരു അമ്മാവൻ പഠിപ്പിച്ചിരുന്നത്. അമ്മ അദ്ദേഹത്തെ വിളിച്ചുവരുത്തി കാര്യം പറഞ്ഞു. സ്കൂൾ തുറന്നപ്പോൾ പരമേശ്വരനമ്മാവൻ പഠിപ്പിച്ചിരുന്ന നാലാം ക്ലാസിൽ കൊച്ചുവാസുദേവനും ചേർന്നു. നാലുമാസം മാത്രം കോപ്പൻ മാസ്റ്ററുടെ ക്ലാസിലിരുന്ന എം.ടി പെട്ടെന്ന് നാലാം ക്ലാസുകാരനായി. അന്നൊക്കെ കായക്കണക്കും മനക്കണക്കുമൊക്കെയാണ് നാലാം ക്ലാസിൽ പഠിക്കേണ്ടത്. നാട്ടിൻപുറത്ത് കാർഷിക ജീവിതത്തിന്റെ ഭാഗമാണ് കായകൃഷി. അതുകൊണ്ട് കുട്ടികൾ കായക്കണക്കും പഠിച്ചു. ഇന്നത്തേതുപോലെ പാഠപുസ്തകം മാത്രം പഠിപ്പിക്കുന്ന രീതിയായിരുന്നില്ല അന്ന്. അന്നൊക്കെ കുട്ടികൾ കളിമണ്ണുകുഴച്ച് കരകൗശല വസ്തുക്കൾ ഉണ്ടാക്കും. കൈത്തൊഴിലുകൾ പഠിക്കും, തോട്ടപ്പണികൾ പഠിക്കും അങ്ങനെയങ്ങനെ നിത്യജീവിതത്തിനാവശ്യമായതൊക്കെ കുട്ടികൾ സ്കൂളിൽനിന്നും പഠിച്ചെടുക്കും. അതുകൊണ്ടുതന്നെ സ്വാതന്ത്ര്യത്തിനു മുൻപുള്ള പ്രാഥമിക വിദ്യാഭ്യാസത്തിന് നിത്യജീവിതവുമായി വലിയ ബന്ധമുണ്ടായിരുന്നു. നമ്മൾ പാഠപുസ്തകത്തിലേക്ക് മാത്രമായി ഒതുങ്ങിപ്പോകുമ്പോൾ പുറത്തുള്ള ലോകം നമുക്ക് അന്യമാകുന്നുണ്ട്. പുസ്തകം പഠിക്കുന്നതിനോടൊപ്പം പ്രായോഗിക വിജ്ഞാനവും നമുക്ക് വേണം.

അപ്പോൾ നമ്മൾ പറഞ്ഞു വന്നതെന്താ: എം.ടിയെ സ്കൂളിൽ ചേർത്ത കാര്യം ഞങ്ങൾ ഒന്നിച്ചു പറഞ്ഞു "ങാ..." അങ്ങനെ എം. ടി നാലാം ക്ലാസും അഞ്ചാം ക്ലാസും കഴിഞ്ഞ് കുമരനെല്ലൂർ ഹൈസ്കൂളിലെത്തി. ആറാം ക്ലാസ് എന്നാൽ അന്നൊക്കെ ഫസ്റ്റ് ഫോം എന്നാണ് പറയുക. എസ്.എസ്.എൽ.സി സിക്സ്ത് ഫോമാണ്. മറ്റു കുട്ടികളുടെ ഒപ്പം പഠിച്ചുയരാൻ എം. ടി നന്നായി പരിശ്രമിച്ചു. ഒപ്പം

കുടുംബത്തോടൊപ്പം

നന്നായി വായിക്കുകയും ചെയ്തു. ആദ്യത്തെ സ്കൂൾ വാർഷികാഘോഷത്തിൽ ക്ലാസിലെ കൂടുതൽ മാർക്ക് വാങ്ങിയ കുട്ടിക്കുള്ള ജനറൽ പ്രൊഫിഷൻസി പ്രൈസ് എം.ടിയ്ക്കായിരുന്നു. നന്നായി പരിശ്രമിച്ച എം.ടി പഠനത്തിൽ അങ്ങനെ മിടുക്കനായി മുന്നേറി. ഒപ്പം അന്നുമുതലേ എം.ടി കൊച്ചുകൊച്ചു കഥകളും കവിതകളും എഴുതിത്തുടങ്ങി. ഇത്രയും പറഞ്ഞ് മാഷൊന്നു നിറുത്തി.

'നിങ്ങളും കഥയും കവിതയുമൊക്കെ എഴുതാറുണ്ടോ?' മാഷിന്റെ ചോദ്യം കേട്ടപാടെ ഞങ്ങൾ പരസ്പരം നോക്കി. 'കഥയും കവിതയുമൊക്കെ എഴുതിയിട്ട് എന്നെ കാണിച്ചോളൂ. നമുക്കൊരു കൈയ്യെഴുത്തു മാസികയുണ്ടാക്കാം. എന്താ... നമ്മുടെ ക്ലാസിൽ നിന്നും എം.ടി യെപ്പോലെ വല്യ എഴുത്തുകാരൊക്കെ വേണ്ടേ?'

എം.ടിയെ പോലെ നല്ല കഥകളെഴുതണം. കഥകളെ ഏറെ ഇഷ്ടപ്പെടുന്ന എനിക്ക് മാഷു പറഞ്ഞതുകേട്ടപ്പോൾ സന്തോഷമായി. കഴിഞ്ഞ വർഷത്തെ കൈയ്യെഴുത്തു മാസികയിൽ എന്റെ വീട്ടിലെ കുറിഞ്ഞിപ്പൂച്ചയെപ്പറ്റി എഴുതിയപ്പോൾ രാമൻകുട്ടി മാഷ് തോളിൽ തട്ടി "നന്നായിട്ടുണ്ട് ട്ടോ..." എന്നു പറഞ്ഞത് ഞാൻ ഓർമ്മിച്ചു. എം.ടിയുടെ കഥ ഞങ്ങൾക്കെല്ലാം ആവേശം പകർന്നുകൊണ്ടിരുന്നു.

"എന്നിട്ടോ മാഷേ...?" എം.ടിയുടെ ബാല്യകാലത്തെപ്പറ്റി കേൾക്കാനുള്ള ആകംക്ഷയിൽ ചോദിച്ചു പോയത് കൂട്ടുകാരി അരുണയാണ്. ഞങ്ങളെല്ലാവരും മാഷിനെ നോക്കി. മാഷ് തുടർന്നു.

അങ്ങനെ എം.ടി നല്ല മാർക്കോടെ എസ്.എസ്.എൽ.സി. പരീക്ഷ പാസായി. തുടർന്ന് പാലക്കാട് വിക്ടോറിയ കോളേജിൽ രസതന്ത്രത്തിൽ ബിരുദമെടുക്കാനായി ചേർന്നു. അക്കാലത്താണ് എം.ടി യുടെ ആദ്യകഥ പ്രസിദ്ധീകരിക്കപ്പെട്ടത്. അതിന്റെ പേരെന്താന്ന് അറിയാമോ? ഞങ്ങൾ ഇല്ലായെന്ന് തലയാട്ടി. എം.ടിയുടെ ആദ്യത്തെ ചെറുകഥാ സമാഹാരമായിരുന്നു രക്തം പുരണ്ട മണൽത്തരികൾ. എം.ടിയുടെ കോളേജ് പഠനകാലത്തെപ്പറ്റി മാഷ് വഴിയേ പറഞ്ഞുതരാട്ടോ... ഇപ്പോൾ എം.ടിയുടെ കുട്ടിക്കാലത്തെപ്പറ്റി കേൾക്കണ്ടേ..?

അമ്മയും എം.ടിയും, ജ്യേഷ്ഠന്മാരും പിന്നെ മൂത്ത അമ്മാവനും അമ്മാവന്റെ മക്കളും അമ്മായിമാരും ഒക്കെയുള്ള ഒരു വലിയ കൂടുംബത്തിലാണ് എം.ടി തന്റെ ബാല്യം ചിലവഴിച്ചത്. എം.ടി കുട്ടിയായിരുന്നപ്പോൾ തന്നെ അച്ഛൻ സിലോണിലേയ്ക്ക് പോയി. അമ്മാവന്മാരുടെ മക്കളുടെ കൂടെ കളിച്ചും ചിരിച്ചും എം.ടി വളർന്നു. എം.ടി യുടെ കുട്ടിക്കാലത്ത് കൂട്ടുകൂടാൻ വീട്ടിൽ ഒരുപാടു കുട്ടികളുണ്ടായിരുന്നു. വേനലവധിക്കു മാത്രം വീട്ടിൽ വരുന്ന ദാമോദരനെക്കൂടിക്കൂട്ടിയാൽ അഞ്ചുകുട്ടികളടങ്ങുന്ന സംഘമാണ് വീട്ടിൽ. ദാമോദരൻ വല്യമ്മാവന്റെ മകനാണ്. പത്രാസുകാരൻ. പക്ഷേ, എം.ടിയുടെ ബാല്യം ദാരിദ്ര്യത്തിന്റേതുകൂടിയായിരുന്നു. വീട്ടിലെ കാരണവർ വല്യഅമ്മാവനാണ്. അദ്ദേഹം വലിയ കണിശക്കാര നായിരുന്നു. വല്യമ്മാവന്റെ മകനായതുകൊണ്ട് ദാമോദരന് പ്രത്യേക പരിഗണനയായിരുന്നു വീട്ടിൽ. ബാക്കിയുള്ള നാലുപേർ- കൊച്ചു വാസുദേവനുൾപ്പെടെ, 'പൊട്ടിത്തെറിച്ച'വയാണ്. ഗോപി, അപ്പു, കുഞ്ഞിമാളു, പിന്നെ എം.ടിയും സ്ഥിരം വഴക്കുകേൾക്കുന്ന കക്ഷികളായിരുന്നു.

വല്ല്യമ്മാവനെ ഈ കുട്ടിപ്പടയ്ക്ക് വലിയ ഭയമാണ്. വീട്ടിൽ ഊണുവിളമ്പുമ്പോൾ ആദ്യം വിളമ്പുക വല്യമ്മാവനാണ്. വല്യമ്മാവന്റെ കൂടെയിരുന്നു കഴിക്കാൻ ദാമോദരനു മാത്രമേ അനുവാദമുള്ളൂ. വടക്കിനിയിൽ ഒരു വലിയ പലകയും നെടുനീളൻ നാക്കിലയുമിട്ടാൽ ബാക്കിയുള്ള കുട്ടിപ്പട്ടാളമെല്ലാം സ്ഥലം കാലിയാക്കണം. അവർ ഉണ്ണുമ്പോൾ കൊച്ചുവാസുദേവൻ കുത്തഴിയിലൂടെ പാളിനോക്കും. അമ്പിളിമാമനേപ്പോലുള്ള പപ്പടവും കൊണ്ടാട്ടവും കറുമുറെ കഴിക്കുന്ന ദാമോദരനെ കാണുമ്പോൾ ബാക്കിയുള്ള കുട്ടികളുടെ വായിൽ വെള്ളമൂറും. അവരെങ്ങാനും അവിടെ ചുറ്റിപ്പറ്റി നിൽക്കുന്ന കണ്ടാലോ....

പറയണ്ടേ പിന്നെ. അമ്മായിയുടെ വക വഴക്കിന്റെ പൊടിപൂരവുമായിരിക്കും.

ചുരുക്കി പറഞ്ഞാൽ ഒരേവീട്ടിൽ സമ്പന്നരും ദരിദ്രരും. അങ്ങനെ കുഞ്ഞുവാസുദേവൻ ദാരിദ്ര്യം ഉണ്ടു വളർന്നു വന്നു. എം.ടിയുടെ കഥകളിൽ പിന്നീട് ഈ അനുഭവങ്ങളൊക്കെ വലിയ ഊർജ്ജമായിട്ടുണ്ട്. ഇപ്പോൾ മനസ്സിലായില്ലേ, ജീവിതാനുഭവങ്ങളാണ് നല്ല എഴുത്തുകാരെ സൃഷ്ടിക്കുന്നതെന്ന്.

മാഷ് അൽപനേരം നിശബ്ദനായി. ഞങ്ങളും കുറച്ചു കഴിഞ്ഞപ്പോൾ ക്ലാസിൽ അങ്ങിങ്ങായി ശബ്ദങ്ങൾ പൊടിച്ചു വന്നു. വിഷ്ണു എഴുന്നേറ്റ് മാഷിനോടു പറഞ്ഞു "മാഷേ ഇന്ന് ശ്രുതിയുടെ പിറന്നാളാ.." മാഷ് ശ്രുതിയെ നോക്കി. "ആണോ ശ്രുതീ?" അവൾ തലയാട്ടി. എന്നിട്ട് ബാഗിൽനിന്നും മിഠായിപ്പൊതിയെടുത്ത് ആദ്യത്തെ മിഠായി മാഷിനു നീട്ടി. മാഷ് അതുവാങ്ങി. എന്നിട്ട് ക്ലാസിലെല്ലാവരും ചേർന്ന് ശ്രുതിയ്ക്ക് ആശംസകൾ പാടി.

"എം.ടിയുടെ പിറന്നാളിനെപ്പറ്റി അറിയണ്ടേ പിറന്നാളുകാരിക്ക്?' ചോദ്യം ശ്രുതിയോടായിരുന്നു." അവൾ തലയാട്ടി. ഒപ്പം ഞങ്ങളും. മാഷ് കഥ തുടർന്നു. "നിങ്ങളുടെയൊക്കെ വീട്ടിൽ പിറന്നാളിന് പായസമൊക്കെ ഉണ്ടാക്കില്ലേ..?" "ഉവ്വ് മാഷേ.." ഞങ്ങൾ പറഞ്ഞു. എന്നാൽ കുട്ടിക്കാലത്ത് കൊച്ചുവാസുദേവന്റെ പിറന്നാളുകളെല്ലാം സാധാരണ ദിവസങ്ങൾ പോലെതന്നെയായിരുന്നു. അമ്മ കുളിപ്പിച്ചൊരുക്കി അമ്പലത്തിൽ കൊണ്ടുപോകും. അത്രമാത്രം. എം.ടി കുട്ടിക്കാലത്ത് കരുതിയിരുന്നത് മുതിർന്ന ആളുകളുടെ പിറന്നാളിനു മാത്രമേ സദ്യയും പായസവുമൊക്കെ ഉണ്ടാക്കുകയുള്ളൂ എന്നാണ്. അങ്ങനെയിരിക്കെ ദാമോദരൻ വന്ന് എം.ടിയോടും കൂട്ടരോടും പറഞ്ഞു- നാളെയെന്റെ പിറന്നാളാ.

വീട്ടിൽ സദ്യയും പായസവുമൊക്കെയുണ്ടാക്കും. ഇതുകേട്ടപാടെ കൊച്ചുവാസുദേവനും കൂട്ടുകാരും പൊട്ടിച്ചിരിച്ചു. എന്നാൽ അവരെ അത്ഭുതപ്പെടുത്തിക്കൊണ്ട് ദാമോദരന്റെ പിറന്നാൾ വീട്ടിൽ ഗംഭീരമായി ആഘോഷിച്ചു. പിന്നീട് സ്കൂളിൽ പോയപ്പോൾ എം.ടി കൂട്ടുകാരോടു അന്വേഷിച്ചു. "കുട്ട്യോൾടെ പിറന്നാളിനും പായസം വയ്ക്കോന്ന്." അപ്പോൾ കൂട്ടുകാരിൽ ചിലരും തലപൊക്കി. "എന്റെ പിറന്നാളിനും പായസം ഉണ്ടാരുന്നു വാസൂ" എന്ന്. കേട്ടപാടെ കൊച്ചുവാസുദേവൻ അമ്മയുടെ അടുത്തേയ്ക്കോടി. എന്നിട്ട് അമ്മയുടെ സാരിത്തലപ്പിൽ തൂങ്ങിനിന്ന് ചിണുങ്ങിപ്പറഞ്ഞു. "അമ്മേ എന്റെ

പിറന്നാളിനും പായസം വച്ചുതരോ?"ന്ന്. കേട്ടപാടെ വിശ്വസിക്കാനാവാത്ത പോലെ അമ്മ കൊച്ചുവാസുദേവന്റെ നേരെയൊരു നോട്ടം. അല്ലെങ്കിൽതന്നെ വല്യമ്മാവന്റെ കരുണയിലാണ് ജീവിതം. അമ്മാവൻ പിശുക്കിപിശുക്കി അളന്നിടുന്ന അരികൊണ്ടുവേണം കഴിഞ്ഞുകൂടാൻ. അതിനിടെയാണ് ഒരു പിറന്നാൾ പായസം..! ആദ്യം അമ്മ സ്നേഹപൂർവ്വം ശാസിച്ചെങ്കിലും, മകന്റെ നിർബന്ധത്തിനു വഴങ്ങി കുറച്ച് അരി കൂടുതൽ ചോദിക്കാമെന്ന് പിറന്നാൾ ദിവസം രാവിലെ അമ്മ തീരുമാനിച്ചു. വല്യമ്മാവനാണ് വീട്ടാവശ്യത്തിനു വേണ്ട അരി പത്തായത്തിൽ നിന്നും അളന്നുകൊടുക്കുന്നത്. പത്തായങ്ങളുടെയെല്ലാം താക്കോൽ അമ്മാവന്റെ കൈയ്യിലാണ്. ആഴ്ചയിലൊരിക്കൽ പത്തായപ്പുരയുടെ താഴെയുള്ള വലിയ പെട്ടിപ്പത്തായം തുറക്കും. എന്നിട്ട് നാലുപുരയിലേക്ക് നീട്ടിവിളിക്കും. അമ്മ കുട്ടയുമായി വരുമ്പോൾ ഒരാഴ്ചയ്ക്കത്തേക്ക് ആവശ്യമായ മൂന്നുവടിപ്പൻ നെല്ല് അളന്നിട്ടുകൊടുക്കും. പിറന്നാളിന് പായസം വേണമെങ്കിൽ അമ്മാവൻ കൂടുതൽ നെല്ല് അളന്നിട്ടുതരണം. ചോദിക്കാൻ പേടിയാണ്. കൊച്ചുവാസുദേവന്റെ സങ്കടം കണ്ടിട്ടാവണം അമ്മ വല്യമ്മാവനോട് ചോദിക്കുക തന്നെ ചെയ്തു. "വാസൂന്റെ പിറന്നാളിന് അമ്പലത്തിൽ പായസം നേർന്നിട്ടുണ്ട്. നാലിടങ്ങഴി അരികൂടി തരോ?'' എന്ന് ചോദിച്ചപാടെ വല്യമ്മാവൻ പൊട്ടിത്തെറിച്ചു. വല്യമ്മാവന്റെ വഴക്ക് മുഴുവൻ അമ്മ കേട്ടുനിന്നു. ഒരു അടി പൊട്ടുന്ന ശബ്ദത്തിലാണ് വഴക്ക് അവസാനിച്ചത്. അമ്മ മുഖംപൊത്തി വീണു. കുറച്ചുകഴിഞ്ഞപ്പോൾ അമ്മ ഇടതുപുരികത്തിന്റെ മുകളിൽ പൊടിച്ച ചോരയും കവിളിലൂടെ യൊഴുകുന്ന കണ്ണീരുമായി പത്തായപ്പുരയുടെ ഒതുക്കുകളിറങ്ങി വന്നു. ആ പിറന്നാൾ ദിവസം കൊച്ചുവാസുദേവനെ ഒരുപാട് വേദനിപ്പിച്ചു. പിന്നീട് എം.ടിയുടെ കുട്ടിക്കാലം പിറന്നാൾ മധുരം സ്വപ്നം കണ്ടിട്ടേയില്ല.. മാഷ് പറഞ്ഞുനിർത്തി. ഞങ്ങളുടെ മുഖത്തേയ്ക്ക് നോക്കി. ഞങ്ങളിൽ പലരുടേയും കണ്ണുകളിൽ നനവു പടർന്നിരുന്നു. ഈ പിറന്നാളിന്റെ അനുഭവം ഒരു ചെറുകഥയായി എം.ടി എഴുതീട്ടുണ്ട്. "ആ കഥയുടെ പേരാണ്, ഒരു പിറന്നാളിന്റെ ഓർമ്മ". മാഷ് പറഞ്ഞു ഞങ്ങളുടെ ഇടയിൽ നിശ്ശബ്ദത കനത്തുവന്നു. ആ നിശ്ശബ്ദതയ്ക്കു അവസാനമിട്ടുകൊണ്ട് മാഷ് വീണ്ടും കഥ തുടർന്നു.

എം.ടി.ക്ക് മൂന്ന് ജ്യേഷ്ഠന്മാരെക്കൂടാതെ ഒരു പെങ്ങൾ കൂടിയുണ്ടായിരുന്നു- ലീല, ലീലയുടെ കഥയും പിന്നീട് എം.ടി എഴുതിയിട്ടുണ്ട്. നിങ്ങൾക്ക് ലീലയെ കുറിച്ചു കേൾക്കണ്ടേ? ക്ലാസ് പൊടുന്നനെ ഉഷാറായി. എല്ലാവരുടേയും മുഖത്ത് ആകാംക്ഷ മൊട്ടിട്ടു.

എം.ടി ക്ക് പത്തു പതിനൊന്ന് വയസ്സുള്ളപ്പോഴാണ് സംഭവം. അന്നൊക്കെ എം.ടി ഒരു വികൃതിക്കുട്ടിയായിരുന്നു. അമ്മയുടേയും ജ്യേഷ്ഠന്മാരുടേയും അടി മുറയ്ക്കു വാങ്ങും. എന്നാലും വികൃതിക്കൊരു കുറവുമില്ല. എം.ടിയുടെ അച്ഛൻ എം.ടിയ്ക്ക് നാലുവയസ്സുള്ളപ്പോൾ സിലോണിലേയ്ക്ക് പോയി. പിന്നെ അതുവരെ വന്നിട്ടേ ഉണ്ടായിരുന്നില്ല. എം.ടി ക്ക് പെങ്ങന്മാരുണ്ടാവുന്നത് വലിയ ഇഷ്ടമായിരുന്നു. എം.ടിയുടെ അച്ഛനും അമ്മയും ഒരു പെൺകുട്ടിക്കു വേണ്ടി ആഗ്രഹിച്ചിരുന്നുതാനും. പെങ്ങന്മാരുണ്ടെങ്കിൽ എത്രനല്ലതാണ് എന്ന് എം.ടി ഇടയ്ക്കിടെ ചിന്തിക്കുമായിരുന്നു. കലണ്ടറിന്റെ ഏടുകൊണ്ട് പുസ്തകം പൊതിഞ്ഞുതരും, നല്ല വടിവൊത്ത അക്ഷരത്തിൽ പുറത്ത് പേരെഴുതിത്തരും, പോരാത്തതിന് വീട്ടിൽ പെങ്ങളുടെ കല്യാണം നടത്തും, ഒരു അളിയനെ കിട്ടും. അതുകൊണ്ട് കൊച്ചുവാസുദേവനും ഒരു പെങ്ങൾ വേണമെന്ന് കൊതിച്ചു.

ആയിടയ്ക്കാണ് അച്ഛൻ നാട്ടിലേയ്ക്കു പുറപ്പെടുന്നുവെന്ന് കമ്പി കിട്ടിയത്. അച്ഛനെ കാണുവാനുള്ള ആവേശം കൊച്ചുവാസുദേവനിൽ നിറഞ്ഞുനിന്നു. ആറുകൊല്ലത്തിനു ശേഷമാണ് അച്ഛനെ കാണാൻ പോകുന്നത്. അങ്ങനെ കാത്തിരുന്ന് കാത്തിരുന്ന് അച്ഛൻ വരുന്ന ദിവസമെത്തി. അച്ഛൻ വയൽവരമ്പിലൂടെ നടന്നുവരുന്നു. പിന്നിൽ വലിയ പെട്ടികളും ചുമന്ന് മൂന്നുകൂലിക്കാരുമുണ്ടായിരുന്നു. അച്ഛൻ വന്നുകയറിയതേ എം.ടിയെ വാരിയെടുത്തു. അപ്പോഴാണ് ശ്രദ്ധിച്ചത് അച്ഛൻ സിലോണിൽ നിന്നും തനിച്ചല്ല വന്നത്. ഒപ്പം ഒരു കൊച്ചു പെൺകുട്ടിയുമുണ്ടായിരുന്നു. വിളറിയ നിറത്തിൽ വിടർന്ന കണ്ണുകളും കഴുത്തുവരെ വളർത്തിയ ചുരുണ്ട ചെമ്പൻ തലമുടിയുമായിരുന്നു അവൾക്ക്. വെളുത്ത സിൽക്കിൽ ചുവന്ന പൂക്കളുള്ള ഉടുപ്പിട്ട ഒരു സുന്ദരിക്കുട്ടി. അവൾ മറ്റേതോ ഭാഷ സംസാരിച്ചു. നീലയുറയുള്ള തോൽപ്പെട്ടിയും ചേർത്തു പിടിച്ച് ഒരു കോണിൽ അവൾ മാറി നിന്നു. പിന്നീടുള്ള ദിവസങ്ങളിലെല്ലാം എം.ടിയുടെ വീട്ടിലെല്ലാവർക്കും ചർച്ചാവിഷയം ഈ സിലോൺകാരി പെൺകുട്ടിയായിരുന്നു. അവൾ എം.ടിയുടെ അച്ഛനെ 'ഡാഡീ' എന്നാണത്രേ വിളിച്ചിരുന്നത്. ഒരു സ്നേഹിതന്റെ മകളാണ് ഈ പെൺകുട്ടിയെന്ന് അച്ഛൻ എല്ലാവർക്കും പരിചയപ്പെടുത്തി. - കുട്ടിയുടെ പേര് ലീല. പതുക്കെ പതുക്കെ ലീല അച്ഛന്റെ മകളാണെന്ന വർത്തമാനം വീട്ടിൽനിന്നും അയൽപക്കത്തു നിന്നും മെല്ലെ തലപൊക്കി.

മാധവനമ്മാവൻ സിലോണിൽനിന്നും വിശദാംശങ്ങൾ

അമ്മയ്ക്കെഴുതിയിരുന്നു. അമ്മയും അച്ഛനുമായുള്ള അകലം കൂടിക്കൂടിവന്നു. ലീലയാവട്ടെ ആരോടും അടുപ്പം കാട്ടിയില്ല. അവളുടെ തോൽപ്പെട്ടിയിൽ നീലക്കണ്ണുള്ള ഒരു മൂങ്ങയുടെ പാവയുണ്ടായിരുന്നു. ആ പാവയുടെ ഉള്ളിൽ ഒരു കൊച്ചുസുഗന്ധപ്പെട്ടിയും. കൊച്ചു വാസുദേവൻ ഒളിഞ്ഞും തെളിഞ്ഞും ആ പാവയെ കൊതിയോടെ നോക്കിയിരുന്നു.

അങ്ങനെയിരിക്കെ വീട്ടിൽ അശാന്തി കനംവച്ചുവന്നു. എം.ടിയുടെ അമ്മയും അച്ഛനും തമ്മിൽ കലഹമായി. ഒടുവിൽ ലീലയ്ക്ക് തിരിച്ചുപോകേണ്ടതായി വന്നു. അച്ഛൻ അവളുമായി പോകുവാനിറങ്ങി. അവൾ വീടുവിടും മുൻപ് ഒരു കുഞ്ഞുപുഞ്ചിരിയോടെ കൊച്ചുവാസുദേവന്റെ കൈയ്യിൽ അവളുടെ ആ പ്രിയപ്പെട്ട കളിപ്പാട്ടം വച്ചുകൊടുത്തു. എന്നിട്ട് വീട്ടിൽ നിന്നും നടന്നകന്നു. എം.ടിയുടെ പിന്നീടുള്ള ഓർമ്മകളിലെല്ലാം ലീലയെന്ന ഈ അനുജത്തി നിറഞ്ഞുനിന്നിരുന്നു. ഈ പെൺകുട്ടിയെപ്പറ്റിയും എം.ടി ഒരു കഥ രചിച്ചിട്ടുണ്ട്. ആ ചെറുകഥയുടെ പേരെന്താന്ന് ആർക്കെങ്കിലും പറയാമോ? മാഷ് ക്ലാസാകെ ഒന്നു കണ്ണോടിച്ചു. എന്നിട്ടു പറഞ്ഞു, "കഥയുടെ പേര്... 'നിന്റെ ഓർമ്മയ്ക്ക്' "- എം.ടി ജീവിതാനുഭവങ്ങളെ കഥകളിൽ ആവിഷ്ക്കരിച്ചിട്ടുള്ള ഒരു എഴുത്തുകാരനാണ് അദ്ദേഹത്തിന്റെ കുട്ടിക്കാലം പല കഥകളിലും അദ്ദേഹം പ്രമേയമാക്കിയിട്ടുണ്ട്. ആട്ടെ, നിങ്ങളാരെങ്കിലും എം.ടിയുടെ കഥകൾ വായിച്ചിട്ടുണ്ടോ? ചോദ്യം കേട്ടപാടെ ക്ലാസിൽ അങ്ങിങ്ങായി കൈകൾ ഉയർന്നു. "നന്നായി വായിക്കണം ... ട്ടോ.." എം.ടിയും ചെറുപ്പത്തിൽ നന്നായി വായിച്ചിരുന്നു. എം.ടി യുടെ അച്ഛനമ്മമാർ മക്കളെ എത്ര കഷ്ടപ്പെട്ടും പഠിപ്പിക്കണമെന്ന് നിശ്ചയിച്ചിരുന്നു. എം.ടിയുടെ മൂത്ത സഹോദരന്മാർ വല്ലപ്പോഴും പുസ്തകമോ മാസികയോ വീട്ടിൽ കൊണ്ടുവന്നു വായിക്കുമ്പോൾ എം.ടിയും അത് ഏറെ ആവേശത്തോടെ മറിച്ചുനോക്കിയിരുന്നു. എം.ടിയുടെ ചെറുപ്പത്തിൽ മറ്റൊരു പ്രധാന സംഭവമുണ്ട്. മാഷ് പറഞ്ഞു. ഞങ്ങൾ ഇരിപ്പിടങ്ങളിൽ ഒന്നിളകിയിരുന്നു. ക്ലാസിൽ പൂർണ്ണ നിശ്ശബ്ദത. മാഷ് തുടർന്നു, പ്രശസ്ത കവിയായ ചങ്ങമ്പുഴയുടെ 'രമണൻ' എന്ന ഖണ്ഡകാവ്യത്തിന്റെ ഒരു കൈയ്യെഴുത്തു പ്രതി അടുത്ത ഗ്രാമത്തിലുണ്ടെന്നു കേട്ട് ജ്യേഷ്ഠൻ അത് വീട്ടിൽ കൊണ്ടുവന്നു വായിക്കുമ്പോൾ എം.ടിയും അത് ഏറെ ആവേശത്തോടെ മറിച്ചുനോക്കിയിരുന്നു. കൈയ്യെഴുത്തുപ്രതി പിറ്റേന്നു തന്നെ മടക്കിക്കൊടുക്കണമെന്ന വ്യവസ്ഥയിന്മേൽ ആണ് അത് ലഭിച്ചത്.

അന്നുരാത്രി ഉറക്കമൊഴിച്ചിരുന്ന് ജ്യേഷ്ഠന്മാരും ജ്യേഷ്ഠത്തിയമ്മയും അതു പകർത്തിയെഴുതി. ഒരു കവിതാപുസ്തകം സ്വന്തമാക്കാനുള്ള ഈ അധ്വാനവും ആവേശവും കണ്ടപ്പോൾ കൊച്ചുവാസുദേവന് അത്ഭുതമാണ് തോന്നിയത്. പിന്നീട് എം.ടി ധാരാളം കവിതകൾ വായിച്ചുതുടങ്ങി. കവിത്രയങ്ങളായ ആശാന്റേയും, ഉള്ളൂരിന്റേയും വള്ളത്തോളിന്റേയും കൃതികൾ, പിന്നെ ജ്യേഷ്ഠന്മാർ വീട്ടിൽ കൊണ്ടുവരുന്ന ചങ്ങമ്പുഴ, ജി. ശങ്കരക്കുറുപ്പ്, വൈലോപ്പിള്ളി, ബാലാമണിയമ്മ, ഇടശ്ശേരി, പി. കുഞ്ഞിരാമൻനായർ തുടങ്ങിയവരുടെ കൃതികൾ എം.ടി ആവേശത്തോടെ വായിച്ചു തീർക്കുക മാത്രമല്ല, അവയിലെ പല വരികളും മനഃപാഠമാക്കുകയും ചെയ്തു. ഈ വരികളെല്ലാം ചൊല്ലിക്കൊണ്ട് എം.ടി വീടിന്റെ പിന്നിലെ കുന്നിലൂടെ ഒറ്റയ്ക്ക് നടക്കുമായിരുന്നു. പിന്നീടാണ് കഥകളോട് എം.ടി കൂട്ടുകൂടുന്നത്. ബഷീർ, തകഴി, പൊറ്റക്കാട്, ഉറൂബ്, പൊൻകുന്നം വർക്കി, കാരൂർ, കേശവ് ദേവ്, ലളിതാംബിക അന്തർജനം തുടങ്ങിയവരുടെ കഥകളൊക്കെ എം.ടി. വായിച്ചു. അവർ ആ കൊച്ചു മനസ്സിൽ തുറന്നിട്ടത് അത്ഭുതങ്ങളുടെ വാതിലുകളായിരുന്നു.

പഠിക്കാൻ മിടുക്കനായിരുന്ന ഒരു വിദ്യാർത്ഥിയായിരുന്നു എം. ടി. എഴുത്തുകാരായിരുന്നു അദ്ദേഹത്തിന്റെ ആരാധനാമൂർത്തികൾ. മാസികയിലും മറ്റും വരുന്ന അവരുടെ ചിത്രങ്ങൾ വെട്ടിയെടുത്ത് കൊച്ചു എം.ടി തന്റെ മുറിയുടെ ചുവരിൽ ഒട്ടിച്ചുവയ്ക്കുമായിരുന്നു. ആരാവാനാണ് ആഗ്രഹമെന്ന് ആരെങ്കിലും എം.ടിയോടു ചോദിച്ചാൽ ഉടനടി ആഗ്രഹം പറയും . "എനിക്കൊരു എഴുത്തുകാരനാവണം".

പതിനാലാം വയസിൽ എം.ടി എഴുതാൻ തുടങ്ങി. കഥയും കവിതയും ലേഖനവുമെല്ലാം അക്കാലത്ത് കൊച്ചു എം.ടി എഴുതാൻ ശ്രമിച്ചു. ഒരു ഏകാങ്കവും എഴുതി. എഴുതിയവയെല്ലാം അദ്ദേഹം വിലാസം അറിയുന്ന ഓരോ ആനുകാലികങ്ങൾക്ക് അയച്ചുകൊടുക്കുമായിരുന്നു. ബുക്ക്പോസ്റ്റയക്കാൻ വേണ്ട മുക്കാൽ അണ സമാഹരിക്കുകയായിരുന്നു ഏക പ്രശ്നം.

തനി കുഗ്രാമത്തിൽ ജനിച്ച എം.ടിക്ക് വലിയ വലിയ സാഹിത്യകാരൻമാരുടെ പുസ്തകങ്ങളൊന്നും വാങ്ങാൻ സൗകര്യമുണ്ടായിരുന്നില്ല. കുട്ടിക്കാലത്ത് അദ്ദേഹവും ജ്യേഷ്ഠനും കുന്നംകുളത്തെ അച്ഛന്റെ വീട്ടിലേക്ക് ആഴ്ചയിലൊരിക്കൽ പോകാറുണ്ടായിരുന്നു. കുമരനെല്ലൂരുനിന്നും കുന്നംകുളത്തേയ്ക്ക് ഇരുപത്തിയേഴു കിലോമീറ്റർ ദൂരമുണ്ട്. അത്രയും ദൂരം നടന്നാണ് യാത്ര.

“ഹൊ! അത്രയും ദൂരമോ?”– അത്ഭുതം അടക്കാനാവാതെ രാഹുൽ വിളിച്ചു പറഞ്ഞു. അതെ അത്രയും ദൂരം എം.ടിയും ജ്യേഷ്ഠനും നടന്നാണു പോകുക ഉച്ചയ്ക്ക് ഇറങ്ങിയാൽ സന്ധ്യയോടെ വീട്ടിലെത്തും. ഒന്ന് വീട്ടിലേതിനേക്കാൾ നല്ല ഭക്ഷണം. രണ്ട്, അച്ഛമ്മ -അച്ഛന്റെ അമ്മ വണ്ടിക്കൂലിയായി തരുന്ന ഒരുറുപ്പിക. ആ ഒരുറിപ്പിക കൈയിൽ വച്ച് വണ്ടിയിൽ കയറാതെ, ജ്യേഷ്ഠനും അനുജനും തിരിച്ചു നടക്കും. ആ പണം കൊണ്ട് പുസ്തകം വാങ്ങുകയാണ് ലക്ഷ്യം. എം.ടി സ്കൂൾകുട്ടിയായിരിക്കെ ഒരു ദിവസം തൃശ്ശൂർ പോയി. അവിടെയൊരു ബുക്ക് സ്റ്റാളിൽ നാലണ കൊടുത്ത് ഒരു പുസ്തകം വാങ്ങി. ജി.യുടെ ‘ഇരുട്ടിന് മുൻപ്’ എന്ന നാടകമായിരുന്നു അത്. പിറ്റേ വർഷം സ്കൂളിൽ നിന്നും ഒരു പരീക്ഷ ജയിച്ചതിന് അറുപതറുപ്പിക ലഭിച്ചു. എം.ടിയും ജ്യേഷ്ഠനും ഗൂഢാലോചനനടത്തി, വീട്ടിലറിയിക്കാതെ ആ പണത്തിനും പുസ്തകം വാങ്ങി.

വായന എം.ടിക്ക് ചെറുപ്പം മുതൽ തന്നെ വലിയ ഹരമായിരുന്നു. വായനയാണ് നല്ല എഴുത്തുകാരെ സൃഷ്ടിക്കുന്നതെന്ന് എം.ടിയുടെ എഴുത്തു ജീവിതം വ്യക്തമാക്കുന്നുണ്ട്. നിങ്ങൾക്കും നല്ല എഴുത്തുകാരനാകണമെങ്കിൽ നന്നായി വായിക്കണം. മാഷ് എം.ടിയുടെ ബാല്യകാലത്തെപ്പറ്റി പറഞ്ഞുനിർത്തി. ഉടൻ ബെല്ലടിച്ചു. രാമൻകുട്ടി മാഷ് പറഞ്ഞു “അടുത്ത ക്ലാസിൽ എം.ടിയെപ്പറ്റി ബാക്കി പറയാം കേട്ടോ....” മാഷ് ക്ലാസിൽനിന്നും പോയി. അപ്പോഴും ഞങ്ങളുടെ മനസ്സിൽ നിറയെ കൊച്ചു എം.ടി വാസുദേവൻ നായരുടെ കഥകളായിരുന്നു. ഞങ്ങൾ അടുത്ത ക്ലാസിനുവേണ്ടി ആകാംഷയോടെ നോക്കിയിരുന്നു.

## 2.

# എഴുത്തിന്റെ ലോകത്തിലേയ്ക്ക്....

അടുത്ത മലയാളം ക്ലാസ്സിനു വേണ്ടിയുള്ള കാത്തിരിപ്പ് അവസാനിച്ചിരിക്കുന്നു. പക്ഷേ ഇന്നു ക്ലാസ് പതിവുപോലെ ക്ലാസ് മുറികളിലല്ല. രാമൻകുട്ടി മാഷ് ക്ലാസിൽ വന്ന് ഞങ്ങളെ ഗ്രൗണ്ടിന്റെ അങ്ങേയറ്റത്തുള്ള മാവിൻചുവട്ടിലേക്ക് കൂട്ടിക്കൊണ്ടു പോയി. ഇന്ന് മാവിൻ ചുവട്ടിലാണ് ക്ലാസ്. തെളിഞ്ഞ അന്തരീക്ഷം. ഞങ്ങളെല്ലാം മാവിൻ ചുവട്ടിലിരുന്നു. ഞാൻ രാമൻകുട്ടി മാഷിന്റെ തൊട്ടടുത്തു തന്നെയാണ് സ്ഥലം പിടിച്ചത്.

"നമ്മളിന്നലെ എവിടെയാ പറഞ്ഞുനിർത്തിയത്?" മാഷ് ചോദിച്ചു. "എം.ടി.യുടെ കുട്ടിക്കാലത്തെപ്പറ്റിയായിരുന്നു മാഷേ" ആവേശത്തോടെ എല്ലാവരും ഒന്നിച്ചാണ് പറഞ്ഞത്. എം.ടി.യെപ്പറ്റി കേട്ടതുമുതൽ ഞങ്ങളുടെ മനസ്സു നിറയെ എം.ടിയാണ്. "ഇന്ന് നമ്മൾ പഠിക്കാൻ പോകുന്നതെന്താന്നറിയാമോ?" വീണ്ടും മാഷിന്റെ ചോദ്യം. ഞങ്ങളിൽ ആകാഷയും നിശ്ശബ്ദതയും തുളുമ്പി നിന്നു. "നമ്മളിന്ന് എം.ടിയുടെ യൗവനവും എഴുത്തിന്റെ വഴികളുമൊക്കെ പഠിക്കാൻ പോവുകയാണ്. നിങ്ങൾക്ക് അിറയണ്ടേ കൊച്ചു വാസുദേവൻ എങ്ങനെയാണ് ലോകമറിയുന്ന മഹാനായ എഴുത്തുകാരനായ എം. ടി വാസുദേവൻ നായരായതെന്ന് ?" ഞങ്ങൾ ഉത്സാഹത്തോടെ മാഷിനെ നോക്കി.

ഒരു ചെറിയ ചുമയും ചുമച്ച് കണ്ണടയൊന്നു നേരെയാക്കി മാഷ് കഥ പറയാൻ തുടങ്ങി. ഇന്നലെ പറഞ്ഞതുപോലെ എം.ടി പഠിക്കാൻ

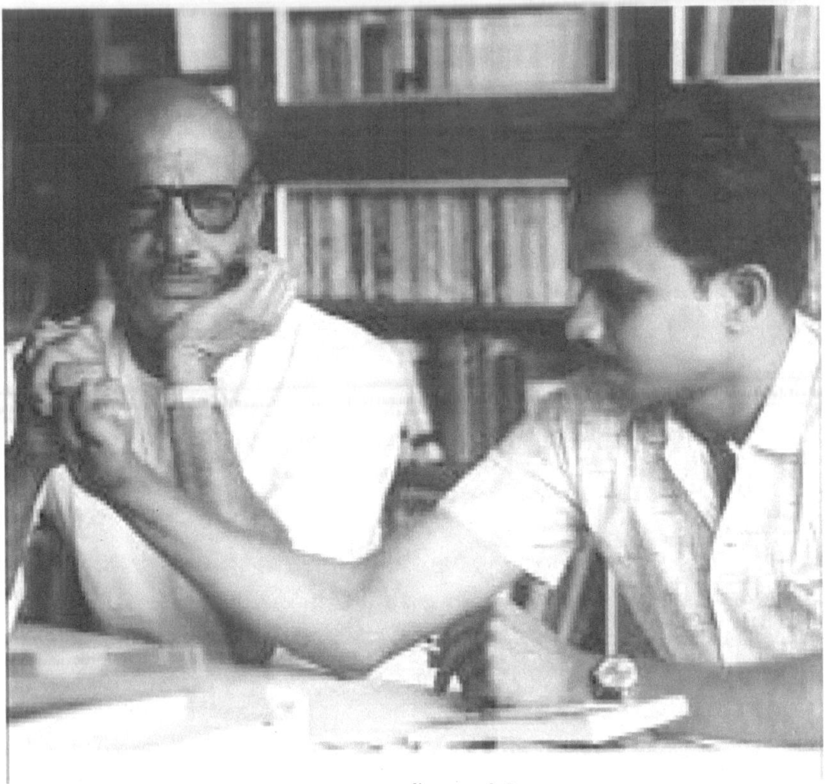

വൈക്കം മുഹമ്മദ് ബഷീറിനൊപ്പം

മിടുക്കനായിരുന്നു. എസ്.എസ്.എൽ.സി മികച്ച മാർക്കോടെ പാസായ എം.ടിക്ക് തുടർന്നു പഠിക്കണമെന്ന് വലിയ മോഹമുണ്ടായിരുന്നു. ജ്യേഷ്ഠന്മാർ പഠിച്ചുകൊണ്ടിരുന്നപ്പോൾ പണത്തിന് വലിയ ബുദ്ധിമുട്ടൊന്നും ഉണ്ടായിരുന്നില്ല. അച്ഛൻ സിലോണിൽനിന്നും പഠനാവശ്യങ്ങൾക്കായി പണം അയച്ചിരുന്നു. എന്നാൽ എം.ടി എസ്.എസ്.എൽ.സി പാസായ സമയത്ത് സിലോണിലെ രാഷ്ട്രീയ അന്തരീക്ഷം മാറി. അലയാളികൾ ഒന്നുകിൽ പൗരത്വമെടുക്കണം അല്ലെങ്കിൽ തിരിച്ചുപോകണം എന്ന അവസ്ഥയിലായി. പണം അയക്കുന്നതിലും ഒരുപാട് നൂലാമാലകൾ വന്നു. ഒരാൾക്ക് ഒരു റേഷൻ കാർഡിൽനിന്നും പുറത്തേയ്ക്ക് ഇരുപത്തിയഞ്ച് രൂപയെ അയക്കാൻ അനുവാദമുണ്ടായിരുന്നുള്ളു. എം.ടി എസ്.എൽ.സി എഴുതിക്കഴിഞ്ഞപ്പോൾ എം.ടിയുടെ നേരെ മൂത്ത ജ്യേഷ്ഠനായ കുഞ്ഞുണ്ണിയേട്ടൻ എന്നു വിളിക്കപ്പെടുന്ന എം.ടി.എൻ നായർ,

മംഗലാപുരം ഗവൺമെന്റ് കോളേജിൽ പഠിക്കുകയായിരുന്നു. രണ്ടു പേരുടെ വിദ്യാഭ്യാസത്തിനു വേണ്ട പണം അയക്കാൻ നിവൃത്തിയില്ലെന്ന് അച്ഛൻ വീട്ടിലേക്ക് കത്തെഴുതി. മൂത്ത ജ്യേഷ്ഠൻമാർ രണ്ടുപേരും ജോലിയിൽ പ്രവേശിച്ചിരുന്നു. പക്ഷെ എം.ടി.യെ പഠിപ്പിക്കാൻ വേണ്ട പണം കണ്ടെത്താൻ അവർക്കും സാധിച്ചില്ല. അതുകൊണ്ടുതന്നെ എം.ടിക്ക് തൽക്കാലം കോളേജിൽ ചേരാൻ പറ്റിയില്ല. എം.ടിക്ക് അത് വലിയ വിഷമമായെങ്കിലും പുറത്തു കാണിച്ചിട്ട് കാര്യമില്ലെന്നറിയാവുന്നതുകൊണ്ട് സങ്കടം ഉള്ളിലൊതുക്കി. വയസ്സു തികയാത്തതുകൊണ്ടാണ് കോളേജിൽ ചേരാൻ പറ്റാതിരുന്നതെന്ന് ചോദിച്ചവരോടൊക്കെ എം.ടിയുടെ അമ്മ കളവു പറഞ്ഞു.

ആ ഒരു കൊല്ലം എം.ടി ഗ്രാമത്തിൽ തനിയെ ചിലവഴിച്ചു. പുസ്തകങ്ങളോ മാസികകളോ വല്ലപ്പോഴും മാത്രം കിട്ടും. വായിക്കാനുള്ള ആഗ്രഹം എം. ടിയെ എന്തു കഷ്ടപ്പാടു സഹിക്കാനും പ്രേരിപ്പിച്ചിരുന്നു.

ആറേഴു നാഴിക നടന്ന് അക്കിത്തത്തിന്റെ വീട്ടിൽ പോയി പുസ്തകങ്ങളെടുക്കും. അക്കിത്തം ആരാണെന്നറിയാമല്ലോ അല്ലേ, മഹാകവി അക്കിത്തം അച്യുതൻ നമ്പൂതിരി. അങ്ങനെ അത്രയേറെ ദൂരം നടന്ന് പുസ്തകമെടുത്തു വായിച്ച് പിറ്റെ ആഴ്ച മടക്കി നൽകും. വീണ്ടും വായിക്കാത്ത പുസ്തകങ്ങൾ തിരഞ്ഞു പിടിക്കും. കൂട്ടുകാർ നന്നേ കുറവായിരുന്ന ആ കാലഘട്ടത്തിൽ പുസ്തകങ്ങൾ ആയിരുന്നു അദ്ദേഹത്തിന്റെ ഉറ്റ ചങ്ങാതിമാർ വായനയോടൊപ്പം എഴുത്തും മുൻപോട്ടുകൊണ്ടുപോകാൻ അദ്ദേഹം ശ്രമിച്ചു. എഴുതിയവയൊക്കെ വിലാസമറിയാവുന്ന മാസികകളിലേക്ക് അയച്ചുകൊടുത്തു.

താന്നിക്കുന്നിന്റെ നെറുകയിൽ നിന്നാൽ മെയിൽ വണ്ടി കരൂർപാലം കടക്കുന്നതു കാണാം ഉച്ചതിരിഞ്ഞ് കുറ്റിപ്പുറത്തുനിന്ന് തപാൽ കൂടല്ലൂരിലെ സ്ഥിരപ്പെടുത്താത്ത തപാലോഫീസിലെത്തുമ്പോൾ സമയം നാലര. എം.ടിയുടെ ഒരു ദിവസം തപാൽ ഓഫീസ് സന്ദർശനമെന്ന ചടങ്ങില്ലാതെ അവസാനിക്കില്ല എന്നും തപാലോഫീസിലെത്തും. ഏതെങ്കിലും ഒരു മാസികയിൽ തന്റെ അക്ഷരങ്ങൾ അച്ചടിമഷി പുരണ്ടോ എന്നു നോക്കും. കുറച്ചുനാൾ പ്രതീക്ഷയോടെ കാത്തിരുന്നപ്പോൾ ചിലതൊക്കെ അച്ചടിച്ചു വന്നു. കൊച്ചുണ്ണിയേട്ടൻ ബികോം പൂർത്തിയാക്കാതെ പഠിപ്പുനിർത്തി മംഗലാപുരം വിട്ട് ജോലിയന്വേഷിക്കാൻ തീരുമാനിച്ചു. എം. ടി. യുടെ പഠിക്കാനുള്ള ആഗ്രഹം ആ നല്ല ജ്യേഷ്ഠൻ അറിഞ്ഞിരിക്കണം. അങ്ങനെ അടുത്തവർഷം എം.ടി. വിക്ടോ

റിയ കോളേജിൽ ചേർന്നു. എം.ടിയുടെ അച്ചടിക്കപ്പെട്ട ആദ്യ രചന , കേരളക്ഷേമം മാസികയിൽ 1948 ൽ പ്രസിദ്ധീകരിച്ച പ്രാചീനഭാരതത്തിലെ വജ്രവ്യാപാരം എന്ന ലേഖനമായിരുന്നു. 1948 ൽ തന്നെയാണ് എം.ടിയുടെ ആദ്യത്തെ ചെറുകഥയും വെളിച്ചം കാണുന്നത്. ചിത്രകേരളമെന്ന മാസികയിൽ പ്രസിദ്ധീകരിച്ച വിഷുവാഘോഷം എന്ന ചെറുകഥയായിരുന്നു ആദ്യമായി പ്രസിദ്ധീകരിക്കപ്പെട്ട അദ്ദേഹത്തിന്റെ കഥ.

1949 ൽ ആണ് എം.ടി തന്റെ ബിരുദ പഠനത്തിനായി വിക്ടോറിയ കോളേജിൽ എത്തുന്നത്. കെമിസ്ട്രിയായിരുന്നു അദ്ദേഹം തിരഞ്ഞെടുത്ത വിഷയം. വലിയൊരു ലൈബ്രറി ഉണ്ടായിരുന്നു കോളേജിൽ. ഹോസ്റ്റലിൽ അധികം പേരും പുസ്തകമെടുക്കാനുള്ള കാർഡ് ഉപയോഗപ്പെടുത്താതിരുന്നവരായിരുന്നതുകൊണ്ട് എം.ടിക്ക് ഇഷ്ടംപോലെ പുസ്തകങ്ങൾ എടുത്തു വായിക്കാൻ സാധിച്ചു. അല്ലാ! നമുക്കൊരു സ്കൂൾ ലൈബ്രറിയില്ലേ? നിങ്ങളവിടുന്ന് പുസ്തകമൊക്കെ എടുക്കാറുണ്ടോ? മാഷിന്റെ ചോദ്യം കേട്ടപാടെ ഞങ്ങൾ മുഖത്തോടു മുഖം നോക്കി. ഒരുപാട് പുസ്തകങ്ങളുണ്ട് നമ്മുടെ ലൈബ്രറിയിൽ. കഥകളും കവിതകളും നോവലുകളുമൊക്കെ ഇപ്പോളേ ധാരാളം വായിക്കണം. വായിച്ചാൽ മാത്രം പോരാ, ഒരു നോട്ടുപുസ്തകത്തിൽ നിങ്ങൾ വായനക്കുറിപ്പെഴുതി സൂക്ഷിക്കുകയും വേണം.

എം. ടി ഈ കോളേജ് പഠനകാലത്താണ് വിശ്വസാഹിത്യത്തിലെ ക്ലാസിക്കുകളെ പരിചയപ്പെടുന്നത്. മറ്റു രാജ്യങ്ങളിലെഴുതിയ കഥകളും നോവലുകളുമൊക്കെ നമ്മൾ വായിക്കണം. ലോകത്തിലെ വിവിധ സംസ്കാരങ്ങളെ പരിചയപ്പെടാൻ അങ്ങനെ നമുക്ക് സാധിക്കും. വായനയിൽ താല്പര്യം ഉള്ള വിദ്യാർത്ഥി എന്ന നിലയ്ക്ക് എം. ടിയുടെ അദ്ധ്യാപകരായ കുശലൻ മാസറ്റർക്കും ബാലകൃഷ്ണൽ മാസ്റ്റർക്കും മറ്റും എം. ടിയോട് വലിയ താല്പര്യമായിരുന്നു.

അങ്ങനെയിരിക്കെ അൻപതുരൂപ മാസത്തിൽ അയക്കാനുള്ള പെർമിറ്റ് എം.ടിയുടെ അച്ഛനു ലഭിച്ചു. നാൽപതുരൂപയോളം ഹോസ്റ്റൽ ഡ്യൂസ് വരും, ടേം തികയുമ്പോൾ ഫീസ് കൊടുക്കണം. പണത്തിന് നല്ല ബുദ്ധിമുട്ടു നേരിട്ട കാലമായിരുന്നു അത്. മറ്റുകുട്ടികളെപ്പോലെ നല്ല ഉടുപ്പുകളില്ല, മറ്റു വിദ്യാർത്ഥികൾ ചെയ്യുന്നതുപോലെ പുറത്തെ ഹോട്ടലുകളിൽനിന്ന് ഭക്ഷണം കഴിക്കാറോ സിനിമക്ക് പോകാറോ ഇല്ല. എന്നാൽ വായന എം.ടിക്ക് പുതിയൊരു ലോകം തുറന്നു കൊടുത്തു. അക്കാലത്ത് ആൻ എനിമി ഓഫ് ദി പീപ്പിൾ എന്ന ഇബ്സന്റെ നാട

തകഴിയോടൊപ്പം

കവും ടോൾസ്റ്റോയിയുടെ പ്രിസണർ ഇൻ ദി ക്ക്സെസ്സും അക്കാലത്ത് എം.ടി വിവർത്തനം ചെയ്തു. അച്ചടിക്കണം എന്ന ഉദ്ദേശ്യത്തോടെയായിരുന്നില്ല ആ വിവർത്തനങ്ങൾ. എങ്കിലും അവ എം.ടിക്ക് വലിയ ആത്മസംതൃപ്തി നൽകി.

ഗ്രാമത്തിൽനിന്ന് പോയ എം.ടിക്ക് പാലക്കാട് ഒരു മഹാനഗരമായിരുന്നു. കോളേജ് വിദ്യാർത്ഥികളുടെ പതിവ് ആഘോഷങ്ങളിൽ എം.ടി പങ്കു ചേർന്നിരുന്നില്ല എന്നുതന്നെ പറയാം. നാലു ഷർട്ടും നാല് ഒറ്റ മുണ്ടും മാത്രമായിരുന്നു അന്ന് കൈയിൽ ഉണ്ടായിരുന്നത്. പുറത്തെ ഹോസ്റ്റലുകളിലാണ് പുതിയ വിദ്യാർത്ഥികളെ താമസിപ്പിക്കുന്നത്. മെയിൻ ഹോസ്റ്റൽ കോളേജ് വളപ്പിൽ തന്നെയാണ്. കുമാരനെല്ലൂരുകാരനായ പത്മനാഭമേനോന്റെ മുറിയിൽ രണ്ടു ദിവസം കഴിഞ്ഞപ്പോൾ എം.ടിക്ക് കോളേജ് ഗെയിറ്റിനു തൊട്ടടുത്തുള്ള നന്ദകുമാർ ഹോസ്റ്റലിൽ ഇടം കിട്ടി. മറ്റൊരു വിദ്യാർത്ഥിയും ഒപ്പമുണ്ടായിരുന്നു. മൂന്നാം നമ്പർ മുറി മലയാള വകുപ്പിന്റെ തലവനായിരുന്ന കെ മാധവമേനോന്റേതാണ്. അദ്ദേഹത്തിനാണ് ഈ ഹോസ്റ്റലിന്റെ ചാർജ്ജ്. ഹോസ്റ്റലിൽ ചിലവുകൾ ചുരുക്കി കഴിഞ്ഞുപോകാൻ നന്നേ ബുദ്ധി മുട്ടേണ്ടിവന്നു എം.ടിക്ക്.

അങ്ങനെയിരിക്കെ സാമ്പത്തിക ബുദ്ധിമുട്ടനുഭവിക്കുന്ന വിദ്യാർത്ഥി കൾക്കായി നടത്തുന്ന ഒരു പരീക്ഷ എം.ടിയുടെ ശ്രദ്ധയിൽപ്പെട്ടു. പരീക്ഷ ജയിച്ചാൽ പാതി ഫീസ് ഇളവു ലഭിക്കും. അങ്ങനെ എം.ടി പരീക്ഷയെ ഴുതി ജയിച്ചു. ഫീസിളവ് അദ്ദേഹത്തിനൊരു അനുഗ്രഹമായി.

അരികു ചുവന്ന നിറത്തിലുള്ള പോക്കറ്റ് ബുക്സിന്റെ കാലമാ യിരുന്നു അത്. ക്ലാസിക്കുകളെല്ലാം അതിലുണ്ട്. ഒരുറുപ്പികയാണ് സാധാ രണ വില. വലിയ ചില പുസ്തകങ്ങൾക്ക് രണ്ടുറുപ്പികയാകും. എമിലി സോളയുടെ 'നാന'യും പേൾ എസ് ബക്കിന്റെ 'ഗുഡ് എർത്തും' രണ്ടു രൂപ വീതം കൊടുത്ത് അക്കാലത്ത് എം.ടി വാങ്ങി. വായനയും എഴുത്തും കോളേജ്ജീവിതത്തെ അക്കാലത്ത് സമ്പന്നമാക്കി.

1953 ൽ അദ്ദേഹം വിക്ടോറിയ കോളേജിൽ പഠിക്കുമ്പോൾ അമ്മയെ ചികിത്സയ്ക്കായി മദ്രാസിലേക്ക് കൊണ്ടുപോയി. ക്യാൻസർ രോഗ ബാധിതയായ അമ്മയ്ക്ക് രോഗത്തിന്റെ ഗൗരവമൊന്നും അറിഞ്ഞുകൂടായിരുന്നു. മൂത്തജ്യേഷ്ഠനാണ് അമ്മയെ ആശുപത്രി യിലേക്ക് കൊണ്ടു പോയത്. ഒലവക്കോട് സ്റ്റേഷനിൽ പോയി എം.ടി അമ്മയെ കണ്ടു. ഒരു സ്ലീപ്പർ കംപാർട്ട്മെന്റിൽ വിരിച്ചിട്ടുണ്ട്. അമ്മ തലയിണയിൽ ചാരി കാൽ നീട്ടി ഇരിക്കുകയായിരുന്നു. ട്രെയിൻ പോകുന്നതിനു മുമ്പ് കോന്തലയിൽനിന്നും ഒരുറുപ്പികയെടുത്ത് എം.ടി യുടെ കൈയ്യിൽ വച്ചുകൊടുത്തു. അമ്മയുടെ പക്കൽ ആകെയുണ്ടായിരുന്ന നാണയം അതായിരുന്നു. പിൽക്കാലത്ത് എം.ടി ആ സംഭവത്തെക്കുറിച്ചൊരു കഥയെഴുതി. ആ കഥയുടെ പേര് വിത്തുകൾ എന്നായിരുന്നു. ഒരു മാസത്തെ ചികിത്സയ്ക്കു ശേഷം അമ്മ നാട്ടിൽ തിരിച്ചെത്തി. എം.ടി ക്ക് പരീക്ഷാ കാലമായിരുന്നു. എം.ടി രാവിലത്തെ വണ്ടിക്ക് വീട്ടിലേക്ക് പോയി. അമ്മയെ കണ്ടു. എം.ടിക്ക് അമ്മയെ ഒരുപാടൊരുപാട് ഇഷ്ടമായിരുന്നു. ആ അമ്മ ആകെ അവശയായി കട്ടിലിൽ കിടക്കുന്നതു കണ്ടപ്പോൾ എം.ടി ക്ക് സങ്കടം സഹിക്കാനായില്ല. അന്നു വൈകുന്നേരം തന്നെ എം.ടിക്ക് മടങ്ങിപ്പോകേണ്ടി വന്നു.

പരീക്ഷ നടന്നുകൊണ്ടിരിക്കേ ഒരു ദിവസം നാട്ടിൽനിന്നും ആളു വന്നു. വലിയേട്ടന്റെ കത്തും അയാളുടെ പക്കൽ ഉണ്ടായിരുന്നു. തലേന്നു രാത്രി അമ്മ മരിച്ചുവെന്നും പരീക്ഷയായതിനാൽ വരേണ്ടെന്നും, പതിനാലിനു ബലിക്കു കൂടിയാൽ മതി എന്നും കുറിച്ച ഒരു കത്ത്. എം.ടി ഏറ്റവുമധികം സ്നേഹിച്ചിരുന്ന വ്യക്തികളിൽ ഒരാളായിരുന്നു അമ്മയുടെ വിയോഗം എം.ടി യിൽ ഒരുപാട് സങ്കടമുണ്ടാക്കി. ഇതേവർഷമാണ് എം.ടി

ഒ. എൻ. വിയോടൊപ്പം

ബിരുദം നേടുന്നത്. 1953- ൽ ഹെറാൾഡ് ട്രിബ്യൂൺ സംഘടിപ്പിച്ച ലോക ചെറുകഥാ മത്സരത്തിന്റെ ഭാഗമായി മാതൃഭൂമി നടത്തിയ ചെറുകഥാ മത്സരത്തിൽ എം.ടിയുടെ വളർത്തുമൃഗങ്ങൾ എന്ന കഥ ഒന്നാം സ്ഥാനം നേടി.

‘‘വളർത്തുമൃഗങ്ങൾ എന്ന കഥ എന്തിനെപ്പറ്റിയാണ് എന്നറിയാമോ? സർക്കസ് കണ്ടിട്ടില്ലേ എല്ലാവരും?’’ ‘‘ഉവ്വ് മാഷേ’’,

ഞങ്ങൾ ഉത്തരം പറഞ്ഞു. "ങാ", സർക്കസ് ടെന്റിലെ മനുഷ്യരുടെ ജീവിതമാണ് ഈ കഥയുടെ ഇതിവൃത്തം. ഈ കഥയോടുകൂടി എം.ടിയെ മലയാള സാഹിത്യലോകം ശ്രദ്ധിച്ചു തുടങ്ങി.

കോളേജ് പഠനകാലത്ത് മദ്രാസിൽനിന്നുള്ള 'ജയകൈരളി' മാസികയിലും കെ.ബാലകൃഷ്ണന്റെ കൗമുദിയിലും എം.ടിയുടെ ലേഖനങ്ങളും അച്ചടിച്ചു വന്നിരുന്നു. അക്കാലത്തൊരിക്കൽ ഹോസ്റ്റലിൽ വാർഡനായി വന്ന ഇംഗ്ലീഷ് അധ്യാപകൻ പ്രഭാകരൻ നമ്പ്യാർ രാത്രി മുറിയിൽ വന്നപ്പോൾ എം.ടി ലൈബ്രറിയിൽ നിന്നും എടുത്ത ജെയിൻ ഓസ്റ്റിൻ എന്ന എഴുത്തുകാരിയുടെ 'പ്രൈഡ് ആന്റ് പ്രജുഡിസ്' എന്ന പുസ്തകം വായിക്കുകയായിരുന്നു. നമ്പ്യാർ മാസ്റ്റർക്ക് എം.ടി യെ വലിയ കാര്യമായിരുന്നു. ഇടയ്ക്ക് മുറിയിലേക്ക് വിളിപ്പിച്ച് വായിക്കേണ്ട പുസ്തകങ്ങളെപ്പറ്റി പറഞ്ഞുകൊടുക്കും. എം.ടി അങ്ങനെയങ്ങനെ വായനയുടെയും എഴുത്തിന്റേയും പടവുകൾ ചവിട്ടിക്കയറി.

എന്തുകൊണ്ടാണ് എം.ടി ബിരുദത്തിനു ചേർന്നത് എന്നറിയാമോ? എം.ടിക്ക് ഇന്റർമീഡിയറ്റിന് ഫസ്റ്റ് ക്ലാസ് ഉണ്ടായിരുന്നു. കൂടെയുണ്ടായിരുന്ന പലരും മദ്രാസിൽ മെഡിസിനു പഠിക്കാൻ ആഗ്രഹിച്ച് പരിശ്രമിച്ചുകൊണ്ടേയിരുന്നു. എന്നാൽ ഒരു കോളേജ് അധ്യാപകനാകുക എന്നതായിരുന്നു എം.ടിയുടെ ആഗ്രഹം. പഠനം കഴിഞ്ഞ് എം.ടി രണ്ടു ഹൈസ്കൂളുകളിൽ താൽക്കാലിക അധ്യാപകനായി ചേർന്നു. അധ്യാപകർ ലീവിൽ പോകുമ്പോൾ പഠിപ്പിക്കാൻ കയറും. അവർ തിരിച്ചുവരുമ്പോൾ അവിടെനിന്നു പോരും. പഠിക്കാത്ത വിഷയമൊക്കെ അക്കാലത്ത് എം.ടി ക്ക് പഠിപ്പിക്കേണ്ടതായി വന്നു. കോമ്പോസിറ്റ് മാത്സ് ഒക്കെ പഠിപ്പിക്കേണ്ടി വന്നപ്പോൾ; രാവിലെ എഴുന്നേറ്റ് എം.ടി ആദ്യം അതു പഠിക്കും എന്നിട്ട് സ്കൂളിൽ പോയി കുട്ടികളെ പഠിപ്പിക്കും. ഇതിനിടെ ഗ്രാമസേവകന്റെ ഉദ്യോഗവും ചെയ്തു. പക്ഷേ, ആ ജോലി അധികം നാൾ തുടരാനായില്ല.

നാട്ടിലിരിക്കാൻ സാധിക്കില്ല. പത്രം കിട്ടണമെങ്കിൽ പോസ്റ്റോഫീസ് വരെ നടക്കണം. പിന്നെ വായിക്കാൻ പുസ്തകങ്ങൾ ലഭിക്കണമെങ്കിൽ അക്കിത്തത്തിന്റെ ഇല്ലത്തേയ്ക്ക് പോണം. പാലക്കാട് മൂസ്സത്സഹോദരന്മാർ നടത്തുന്ന ട്യൂട്ടോറിയലിൽ ജോലിക്കായി ഒന്നു ശ്രമിച്ചുനോക്കാൻ അക്കിത്തമാണ് എം.ടി യോടു പറയുന്നത്. അങ്ങനെ 1953-ൽ എം.ബി ട്യൂട്ടോറിയലിൽ അദ്ദേഹം പഠിപ്പിച്ചുതുടങ്ങി. ആ രണ്ടുവർഷം അദ്ദേഹത്തിന് ആഹ്ലാദകരമായിരുന്നു. ചെറിയേട്ടൻ എന്ന്

എം മുകുന്ദനോടൊപ്പം

എല്ലാവരും വിളിക്കുന്ന സി.കെ. മൂസ്സദാണ് എം.ബി ട്യൂട്ടോറിയലിന്റെ പ്രിൻസിപ്പാൾ. ശമ്പളക്കാരനായ അധ്യാപകൻ എന്നതിനേക്കാൾ ഒരു സഹോദരനെപ്പോലെയാണ് മൂസ്സത്സഹോദരന്മാർ എം.ടി യെ കണക്കാക്കിയിരുന്നത്. ശമ്പളം കുറച്ചേ ഉണ്ടായിരുന്നുള്ളൂ എങ്കിലും കോളേജ് പഠനകാലത്തെ അപേക്ഷിച്ച് ആ കാലം അല്ലലില്ലാത്തതായിരുന്നു. ക്ലാസ് മുറിയുടെ പിന്നിലെ ചെറിയ മുറിയിലാണ് എം.ടിയുടെ താമസം. അധ്യാപകരെല്ലാം ഒരുമിച്ചാണ് താമസം. നാച്ചുറൽ സയൻസും മലയാളവുമൊക്കെ അക്കാലത്ത് എം.ടി വിദ്യാർത്ഥികളെ പഠിപ്പിച്ചു. ആരെങ്കിലും അധ്യാപകർ അവധിയെടുത്താൽ എം.ടി അവർക്കു പകരമായും ക്ലാസെടുത്തു. ഏഴുമണിയാകുമ്പോൾ വിദ്യാർത്ഥികൾ വന്നുതുടങ്ങും. അപ്പോൾ എം.ടി ഒരു അദ്ധ്യാപകനായി മാറും. ഉച്ചവരെയാണ് ക്ലാസുകൾ. വൈകുന്നേരത്തെ ക്ലാസുകൾക്ക് മുതിർന്നവരും ഉണ്ട്. പലർക്കും എ.ടിയേക്കാൾ പ്രായമുണ്ടാകും.

പാലക്കാട് എം.ടിക്ക് വളരെയധികം പരിചിതമായത് ഇക്കാലത്താണ്. വൈകുന്നേരം ആറുമണി കഴിഞ്ഞാൽ ഒരു വഴിയെ

എം.ടിയങ്ങ് നടക്കും. കാഴ്ചകളൊക്കെ കണ്ടുള്ള ആ നടപ്പ് ഒരു അനുഭവം തന്നെയായിരുന്നു. കൽപ്പാത്തിപ്പുഴയുടെ കരയിലൂടെ, ചുണ്ണാമ്പുതറയിലേക്കും ഇമിക്കാരത്തെരുവിലേയ്ക്കുമൊക്കെയാണ് നടത്തം. കുതിരവണ്ടിയുടെ താളം മുഴങ്ങുന്ന തമിഴുകലർന്ന മലയാളം സംസാരിക്കുന്ന തെരുവുകൾ. എം.ടിക്ക് അവിടെ ഒരുപാട് സഹപ്രവർത്തകരുണ്ടായിരുന്നു. ഈശ്വരവാരിയർ, ബാലരാമൻ മൂസ്സത്, എം.എ നമ്പൂതിരിപ്പാട് തുടങ്ങിയ സഹപ്രവർത്തകരുമായി അദ്ദേഹം നല്ല ബന്ധം പുലർത്തി.

എന്നാൽ എം.ടിയുടെ ജീവിതത്തിലെ ഏറ്റവും ക്രിയാത്മകമായ കാലഘട്ടമായിരുന്നു അദ്ദേഹം മാതൃഭൂമിയിൽ സേവനമനുഷ്ഠിച്ചിരുന്ന സമയം. സാഹിത്യത്തോടുള്ള അടങ്ങാത്ത സ്നേഹമാണ് അദ്ദേഹം പത്രപ്രവർത്തന രംഗത്തേക്ക് വരുവാനുള്ള പ്രധാനകാരണം. ഒരു പത്രപ്പരസ്യം കണ്ടിട്ടാണ് എം.ടി അപേക്ഷിച്ചത്. സാഹിത്യാഭിരുചിയും ബിരുദവുമാണ് യോഗ്യതകൾ. 1957 ൽ ആണ് ആ തസ്തികയ്ക്ക് വേണ്ടി അപേക്ഷിച്ചത്. അക്കാലത്ത് കുറച്ചു കഥകൾ പ്രസിദ്ധീകരിച്ചിരുന്നു. അതുകൂടാതെ മാതൃഭൂമി നടത്തിയ ഒരു കഥാമത്സരത്തിൽ എംടിയുടെ കഥയ്ക്ക് സമ്മാനവും ലഭിച്ചിരുന്നു. അക്കാലത്ത് എല്ലാവരുടേയും സ്വപ്നമായിരുന്നു മാതൃഭൂമി ആഴ്ചപ്പതിപ്പിൽ ഒരു കഥ വരിക എന്നത്. എം.ടി കുറേയേറെ കഥകൾ മാതൃഭൂമിക്ക് അയച്ചു.

കോഴിക്കോട് മാതൃഭൂമിയുടെ ഓഫീസിൽ എം.ടി എത്തിച്ചേർന്നു. അവിടെ വച്ചായിരുന്നു സബ് എഡിറ്റർ തസ്തികയിലേക്കുള്ള ഇന്റർവ്യൂ ശ്രീ കെ.പി കേശവമേനോനായിരുന്നു എം.ടിയെ ഇന്റർവ്യൂ ചെയ്തത്. പ്രശസ്ത എഴുത്തുകാരനായ എൻ.വി കൃഷ്ണവാരിയരായിരുന്നു അക്കാലത്ത് ആഴ്ചപ്പതിപ്പിന്റെ ചുമതല വഹിച്ചിരുന്നത്. വളരെ തിരക്കുള്ള ആളായിരുന്നു എൻ.വി കൃഷ്ണവാരിയർ. അദ്ദേഹം യാത്രകൾ ചെയ്യുന്ന അവസരത്തിൽ ആഴ്ചപ്പതിപ്പിന്റെ കാര്യങ്ങൾ നോക്കുകയാണ് എം.ടിക്ക് ലഭിച്ച ചുമതല. ഇന്റർവ്യൂവിന് വേണ്ടി വെളുപ്പിനുള്ള വണ്ടിക്ക് പാലക്കാട്ടു നിന്ന് കോഴിക്കോട്ടു വന്നിറങ്ങിയ എം.ടിയുടെ വേഷം ആകെ മുഷിഞ്ഞതായിരുന്നു. ഇന്റർവ്യൂ കഴിഞ്ഞപ്പോൾ ഉദ്യോഗം കിട്ടിയാൽ വൃത്തിയായി വസ്ത്രധാരണം ചെയ്തുവരണമെന്ന ഉപദേശത്തോടെ കെ.പി കേശവമേനോൻ അദ്ദേഹത്തെ യാത്രയാക്കി. ഒരാഴ്ചയ്ക്കുള്ളിൽ എം.ടിയുടെ നിയമന വിവരം മാതൃഭൂമി ടെലഗ്രാം ചെയ്തു.

മല്ലികാ സാരാഭായിയോടൊപ്പം

അങ്ങനെ എം.ടി പത്രമാഫീസിന്റെ പുതിയ അന്തരീക്ഷത്തിലേക്ക് പറിച്ചുനടപ്പെട്ടു. ആ പുതിയ ലോകം എം.ടിയ്ക്ക് ഒരുപാട് ഇഷ്ടമായി. പ്രധാനമായും സാഹിത്യത്തിന്റെയും പുസ്തകങ്ങളുടേയും സാന്നിധ്യമായിരുന്നു അദ്ദേഹത്തിന് ഊർജ്ജം പകർന്നത്. അതുകൂടാതെ എൻ.വി കൃഷ്ണവാരിയരേപ്പോലെ പ്രതിഭാധനനായ മേലധികാരിയുടെ ഒപ്പം ജോലി ചെയ്യുക എന്നതും അദ്ദേഹത്തിന് ഒരുപാട് സന്തോഷം പകർന്നു. സാഹിത്യവുമായി ബന്ധപ്പെട്ട പത്ര പ്രവർത്തനമാണ് എം.ടി ചെയ്തത്. ഒരുപാട് പരാതികളും കുറ്റപ്പെടുത്തലുകളും കേൾക്കേണ്ടി വരുന്ന മേഖലയാണ്. ദിവസവും കൈയ്യെഴുത്തു പ്രതികൾ വായിച്ച് പ്രസിദ്ധീകരണ യോഗ്യമായതു കണ്ടെത്തണം. പലതും വിരസമായിരിക്കും എങ്കിലും വല്ലപ്പോഴുമൊരിക്കൽ നല്ലൊരു കഥയോ കവിതയോ നോവലോ വരും. അന്ന് വലിയ സന്തോഷമാണ് വൈകുന്നേരമാകുമ്പോൾ കോഴിക്കോടുള്ള കൂട്ടുകാരോടു പുതിയ ഒരാളുടെ ഒരു സാഹിത്യ സൃഷ്ടിവായിച്ചു, അസ്സലായിരുന്നു എന്നു പറയും.

എം.ടി യുവ എഴുത്തുകാരെ നന്നായി പ്രോത്സാഹിപ്പിക്കുന്ന ഒരു എഴുത്തുകാരനാണ്. അക്കാലത്തെ പുതു എഴുത്തുകാർക്കും വായനക്കാർക്കും ഇടയിൽനിന്നു അക്കാലത്ത് മാതൃഭൂമിയിലൂടെ ലോകം

മമ്മൂട്ടിയോടും ഹരിഹരനോടുമൊപ്പം

കണ്ട പല യുവ എഴുത്തുകാരും ഇന്ന് അതിപ്രശസ്തരാണ്. മാഷ് തെല്ലുനേരം നിശ്ശബ്ദനായി.

"മാഷേ, ഞാൻ എം.ടിയുടെ 'കണ്ണാന്തളിപ്പൂക്കളുടെ കാലം വായിച്ചു..'' അശ്വതി പറഞ്ഞു. "ആഹാ.... മിടുക്കി." "എന്നാൽ കണ്ണാന്തളിപ്പൂക്കളുടെ കാലത്തെപ്പറ്റി ക്ലാസിനോടൊന്നു പറയൂ. എല്ലാവരും കേൾക്കട്ടെ." അശ്വതിയുടെ തോളിൽ തട്ടി അഭിനന്ദിച്ചു കൊണ്ട് മാഷ് പറഞ്ഞു. അശ്വതി കണ്ണാന്തളിപ്പൂക്കളുടെ കാലത്തെപ്പറ്റി ഞങ്ങളോടു പറഞ്ഞു തുടങ്ങി. എം.ടിയുടെ കുട്ടിക്കാലത്തെ ഏറ്റവും മനോഹരമായ ഓർമ്മകളിലൊന്നായിരുന്നു കണ്ണാന്തളിപ്പൂക്കൾ. വടക്കേപ്പാടത്ത് നെല്ല് പാലുറയ്ക്കാൻ തുടങ്ങുമ്പോൾ തന്നെ താന്നിക്കുന്നു തൊട്ട് പറക്കുളം മേച്ചിൽപ്പുറം വരെ കണ്ണാന്തളിച്ചെടികൾ തഴച്ചുവളർന്നുകഴിയും. ഇന്ന് കൂടല്ലൂർ ഗ്രാമമാകെ മാറിയിരിക്കുന്നു. അവിടെ ഇന്ന് കണ്ണാന്തളിപ്പൂക്കളുടെ വസന്തമില്ല. ഗ്രാമത്തിന്റെ സൗന്ദര്യമായിരുന്ന കണ്ണാന്തളിച്ചെടികൾ മറഞ്ഞുപോയിരിക്കുന്നു. എം.ടിയുടെ കുട്ടിക്കാലത്ത് സമൃദ്ധമായി ഒഴുകിയിരുന്ന നിളയുടെ അവസ്ഥയും ഇന്ന് പരിതാപകരം തന്നെ. എം.ടി തന്റെ ഈ ലേഖനത്തിൽ ഗ്രാമത്തിന് നഷ്ടമാകുന്ന സൗന്ദര്യത്തേയും പകരം വിരുന്നുവരുന്ന പാരിസ്ഥിതിക പ്രശ്നങ്ങളേയുമാണ് വരച്ചിടുന്നത്. അശ്വതി ഞങ്ങൾക്ക്

കണ്ണാന്തളിപ്പൂക്കളുടെ കാലത്തെപ്പറ്റിയൊരു വ്യക്തമായ ചിത്രം തന്നു.

"നിളയെപ്പറ്റി പറഞ്ഞപ്പോഴാണ് ഞാൻ ഓർത്തത് എം.ടിക്ക് മലയാളസാഹിത്യത്തിൽ ഒരു വിശേഷണമുണ്ട്. എന്താന്നറിയാമോ അത്?" മാഷ് ചോദിച്ചു. ഇല്ലായെന്നു ഞങ്ങൾ തലയാട്ടി.

'നിളയുടെ കഥാകാരൻ' എന്നാണ് എം.ടി അറിയപ്പെടുന്നത്. ശാന്തസുന്ദരമായ കടലിനേക്കാൾ എം.ടിക്ക് പ്രിയം അടുത്തറിയാവുന്ന നിളാനദിയോടായിരുന്നു. ആ ഇഷ്ടം എം.ടിയുടെ കഥകളിൽ തെളിഞ്ഞു നിൽക്കാറുണ്ട്. അതുകൊണ്ടാണ് എം.ടി ഇങ്ങനെ വിശേഷിപ്പിക്കപ്പെടുന്നത്.

അങ്ങനെയിരിക്കെ എം.ടി മാതൃഭൂമിയിലെ പത്രപ്രവർത്തനം മതിയാക്കി. തുടർന്ന് അദ്ദേഹം തന്റെ സമയം സാഹിത്യരചനയ്ക്കായി മാറ്റിവച്ചു. അക്കാലത്താണ് ഒരു സംഭവമുണ്ടായത്. ഒരിക്കൽ എം.ടി എഴുതിയ ഒരു കാര്യം വലിയ കോലാഹലങ്ങൾ സൃഷ്ടിച്ചു. 'ഗാന്ധിജി മരിച്ചു' എന്ന വാർത്ത വായിച്ചപ്പോൾ വിശേഷിച്ചൊന്നും തോന്നിയില്ലെന്നും അതിനുശേഷം അടുത്ത ജൂൺ മാസത്തിൽ ചങ്ങമ്പുഴ മരിച്ചെന്നു കേട്ടപ്പോൾ വലിയ ദു:ഖം തോന്നിയെന്നും എം.ടി എഴുതി. അത് മുൻനിർത്തി വലിയ വാദപ്രതിവാദങ്ങളുണ്ടായി. പക്ഷേ, എം.ടി ഒരു രാജ്യസ്നേഹിയല്ലാത്തതുകൊണ്ടല്ല, മറിച്ച് അദ്ദേഹത്തിന്റെ ലോകം സാഹിത്യമായിരുന്നതുകൊണ്ടാണ് അദ്ദേഹം അന്ന് അപ്രകാരം പറഞ്ഞത്. എം.ടിയെ സംബന്ധിച്ചിടത്തോളം ലോകത്തിൽ നടക്കുന്ന വലിയ സംഭവവികാസങ്ങളേക്കാൾ പ്രാധാന്യം സാഹിത്യലോകത്തു നടക്കുന്ന സംഭവങ്ങൾ തന്നെയായിരുന്നു.

എം.ടി യുടെ കൃതികളിലെ കാൽപനിക സ്വഭാവം എം.ടിക്ക് ചങ്ങമ്പുഴയെപ്പോലുള്ള കാൽപ്പനിക കവികളുടെ സ്വാധീനം എത്രമാത്രമുണ്ട് എന്ന് വിളിച്ചറിയിക്കുന്നതാണ്. എം.ടിയുടെ ആഴവും പരപ്പുമുള്ള വായന അദ്ദേഹത്തിന് എന്നും മുതൽക്കൂട്ടായിരുന്നു. അദ്ദേഹത്തിന്റെ പ്രിയപ്പെട്ട എഴുത്തുകാരനായിരുന്നു ഏണസ്റ്റ് ഹെമിംഗംവേ എന്ന അമേരിക്കൻ എഴുത്തുകാരൻ. ഹെമിംഗ്വേയെക്കുറിച്ച് അദ്ദേഹം ഒരു കൃതി തന്നെ എഴുതിയിട്ടുണ്ട്. 'ഹെമിംഗ്വേ ഒരു മുഖവുര' എന്നാണ് ആ കൃതിയുടെ പേര്.

1968ൽ ആണ് എം.ടി. മാതൃഭൂമിയുടെ പത്രാധിപരായത്. 1981– ൽ അദ്ദേഹം രാജിവച്ചെങ്കിലും ഏഴു വർഷങ്ങൾക്കുശേഷം അദ്ദേഹം പിരീയോഡിക്കൽസ് ഏഡിറ്ററായി മാതൃഭൂമിയിൽ തിരിച്ചെത്തി. പിന്നീട്

1999 ൽ അദ്ദേഹം രാജിവച്ചു. എങ്കിലും ഇന്നും കേരളത്തിന്റെ സാംസ്കാരിക വേദികളിൽ ഏറ്റവും പ്രമുഖനായ വ്യക്തിയായി നിറഞ്ഞു നിൽക്കുന്നു. മാഷ് പറഞ്ഞുനിർത്തിയ ക്ലാസ് അവസാനിക്കാറായിരിക്കുന്നു. സമയം എത്രപെട്ടെന്നാണ് പോയത്. ഞങ്ങൾ മാവിൻ ചുവട്ടിൽനിന്നും എഴുന്നേറ്റ് ക്ലാസിലേക്കു നടന്നു. എം.ടിയുടെ കഥകൾ കൂടുതൽ വായിക്കണമെന്ന ആഗ്രഹവുമായാണ് ഞങ്ങൾ ക്ലാസിലെത്തിയത്.

# 3.

# കഥ പറയുന്ന എം.ടി.

സ്കൂൾ വിട്ടുവന്നയുടൻ ബാഗ് കസേരമേൽ വച്ച് ഞാൻ അച്ഛന്റെ അടുത്തേയ്ക്ക് ഓടിച്ചെന്നു. അച്ഛൻ വായനയിലാണ് . പുസ്തകത്തിലേക്ക് ഞാൻ എത്തിനോക്കി. പുറംച്ചട്ടയിൽ അറബിപ്പൊന്ന് എന്നെഴുതിയിരിക്കുന്നു. "എന്തു പുസ്തകാ അച്ഛൻ വായിക്കുന്നത്?". ഞാൻ ചോദിച്ചു അച്ഛൻ പറഞ്ഞു, 'ഇതൊരു നോവലാണ് അമ്മൂ.... നോവലിന്റെ പേര് അറബിപ്പൊന്ന്. രണ്ടെഴുത്തുകാർ ചേർന്നെഴുതിയ കൃതിയാണ്. എം.ടി വാസുദേവൻനായരും എൻ.പി മുഹമ്മദും ചേർന്നാണിതെഴുതിയത്'. "എം.ടി.യോ?" എം.ടി വാസുദേവൻ നായർ എന്നു കേട്ടതോടെ എനിക്ക് ഉത്സാഹമായി. രാമൻകുട്ടി മാഷ് ക്ലാസിൽ പറഞ്ഞ എം.ടിയുടെ ജീവിതാനുഭവങ്ങളും കഥകളുമൊക്കെ ഞാൻ അച്ഛനോടു പറഞ്ഞു.

"ആഹാ... കൊള്ളാല്ലോ അമ്മൂ..., നിനക്ക് എം.ടിയെപ്പറ്റി കുറെ കാര്യങ്ങളറിയാല്ലോ! മിടുക്കി! അച്ഛൻ എന്നെ അടുത്തിരുത്തി, എന്നിട്ട്, മേശയിൽ ചിതറിക്കിടന്ന മാസികയിൽനിന്ന് ഒരെണ്ണം എടുത്ത് എം. ടിയുടെ ഒരു ചിത്രം എന്നെ കാണിച്ചു. 'ഇത് ആര് വരച്ചതാണെന്ന് അറിയാമോ അമ്മൂന്?' ഇല്ല -ഞാൻ പറഞ്ഞു. ഇതു വരച്ചത് പ്രശസ്ത ചിത്രകാരനായ ആർട്ടിസ്റ്റ് നമ്പൂതിരിയാണ്. എം.ടിയുടെ കഥകളെ അടിസ്ഥാനമാക്കി അദ്ദേഹം ധാരാളം ചിത്രങ്ങൾ വരച്ചിട്ടുണ്ട് കൂടാതെ

എം.ടി യുടെ ബാല്യകാല ഓർമ്മകളിലെ കൂടല്ലൂർ ഗ്രാമവും നമ്പൂതിരിയുടെ ചിത്രങ്ങൾക്ക് വിഷയമായിട്ടുണ്ട്.

ഞാൻ മാസികയിലേക്ക് നോക്കി. ഏതാനും വരകൾകൊണ്ടുള്ള വിസ്മയം. എം.ടിയും എം.ടിയുടെ കഥാപാത്രങ്ങളുമെല്ലാം ആർട്ടിസ്റ്റ് നമ്പൂതിരി ചിത്രങ്ങളാക്കിയിരിക്കുന്നു. ഞാൻ ചിത്രങ്ങളിലൂടെ കണ്ണോടിച്ചിരിക്കുമ്പോൾ അച്ഛൻ എന്നോട് ചോദിച്ചു, "നിനക്ക് എം.ടിയുടെ ആദ്യ നോവൽ ഏതാണ്ന്ന് അറിയ്യോ?" ആ നോവലിന്റെ പേര് പാതിരാവും പകൽവെളിച്ചവും എന്നായിരുന്നു. പല ലക്കങ്ങളിലായി അതു പ്രസിദ്ധീകരിച്ചത് എം.ടി മാതൃഭൂമിയിൽ ജോലി ചെയ്യുന്നകാലത്തായിരുന്നു. പുസ്തകരൂപത്തിൽ ആദ്യമായി പ്രസിദ്ധീകരിച്ച് നോവൽ നാലുകെട്ടായിരുന്നു. എം.ടിക്ക് ഇരുപത്തിയഞ്ച് വയസുള്ളപ്പോളാണ് ഈ കൃതിക്ക് കേരള സാഹിത്യ അക്കാദമി അവാർഡ് കിട്ടിയത് . 1959ൽ ആയിരുന്നു, ഈ അവാർഡ് ലഭിച്ചത്. നാലുകെട്ട് എം.ടി യുടെ ജീവിതത്തിലെ വഴിത്തിരിവായിരുന്നു എന്നു വേണമെങ്കിൽ പറയാം. അദ്ദേഹം മാതൃഭൂമിയിൽ ജോലി ചെയ്യുന്ന കാലത്താണ് അദ്ദേഹത്തിന് അവാർഡ് ലഭിക്കുന്നത്. നാലുകെട്ട് പതിനാല് ഭാഷകളിലേയ്ക്ക് വിവർത്തനം ചെയ്യപ്പെട്ടിട്ടുണ്ട്. അപ്പുണ്ണിയാണ് ഈ നോവലിലെ കേന്ദ്ര കഥാപാത്രം. എം.ടിയുടെ ജീവിതാനുഭവ

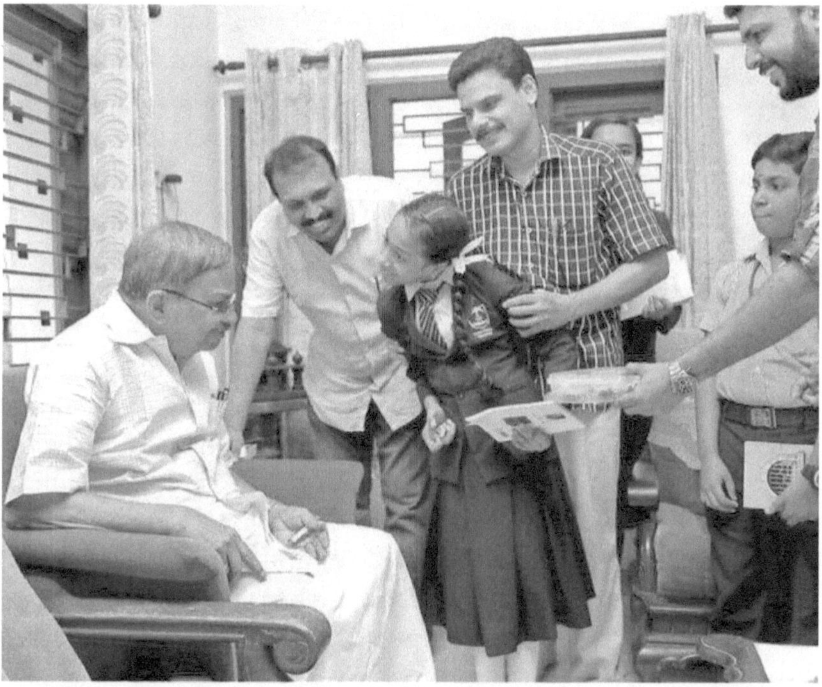

ങ്ങൾ ഈ കഥാപാത്രത്തിനെ സൃഷ്ടിച്ചപ്പോൾ എം.ടിക്ക് സഹായകമായിട്ടുണ്ട്. അച്ഛൻ പറഞ്ഞു.

അച്ഛൻ ഒരുപാട് വായിക്കാറുണ്ട്. മുറിയിലെ അലമാരയിൽ നിറയെ തടിയൻ പുസ്തകങ്ങളാണ്. ഒരുപാട് എഴുത്തുകാരെപ്പറ്റി അച്ഛനറിയാം. അച്ഛന്റെ സംസാരം കേൾക്കാൻ എന്തു രസമാണെന്നോ? ഞാൻ മുറിയിലൂടെ ഒന്നു കണ്ണോടിച്ചു. ധാരാളം പുസ്തകങ്ങൾ അടുക്കിവച്ചിരിക്കുന്നു. ഞാൻ അലമാരിയുടെ അടുത്തുചെന്ന് എം. ടിയുടെ ഒരു പുസ്തകം വലിച്ചെടുത്തു.

"അസുരവിത്ത്- ഇത് എം.ടിയുടെ നോവലാണോ... അച്ഛാ?" ഞാൻ ചോദിച്ചു. പുസ്തകത്തിന്റെ പുറംചട്ടയിൽ ദേഹമാകെ മുറിവേറ്റ ഒരു മനുഷ്യന്റെ ചിത്രമാണ്. ഞാൻ പുസ്തകത്തിൽ നിന്നും കണ്ണെടുക്കാതെ നിന്നു. അച്ഛൻ അൽപനേരം നിശ്ശബ്ദനായിരുന്നു. 1962ലാണ് അസുരവിത്ത് പുറത്തിറങ്ങിയത്. മതസൗഹാർദ്ദത്തിന്റെ ഊഷ്മളത ഈ നോവൽ പങ്കുവയ്ക്കുന്നു. ഗോവിന്ദൻ എന്ന കഥാ

പാത്രത്തിന്റെ ജീവിതമാണ് ഇതിന്റെ പ്രമേയം. എം.ടിയുടെ കഥകൾക്കും കഥാപാത്രങ്ങൾക്കും ഒരു പ്രത്യേകതയുണ്ട്. അവ എം.ടിയുടെ ജീവിതപരിസരങ്ങളിൽനിന്നും കണ്ടെടുക്കപ്പെട്ട കഥാപാത്രങ്ങളാണ്. ഇത് ഇംഗ്ലീഷിലേക്ക് പരിഭാഷപ്പെടുത്തിയിട്ടുണ്ട്. കൂടാതെ 1968ൽ ഈ നോവൽ സിനിമയാക്കിയിട്ടുണ്ട്. എ. വിൻസെന്റ് സംവിധാനം ചെയ്ത സിനിമയിൽ നസീറും ശാരദയും മുഖ്യ കഥാപാത്രങ്ങളെ അവതരിപ്പിച്ചു.

1969-ൽ മറ്റൊരു നോവൽ എം.ടിക്ക് ഈ നോവൽ കേന്ദ്രസാഹിത്യ അക്കാദമി അവാർഡ് നേടിക്കൊടുത്തു. സേതുമാധവൻ എന്ന കഥാപാത്രത്തിലൂടെ ഒരു നാടിന്റെയും അവിടുത്തെ സാമൂഹിക ചുറ്റുപാടിന്റെയും കഥയാണ് എം.ടി ഈ നോവലിലൂടെ പറയുന്നത്. സേതുവിന്റെ പതിനഞ്ചു മുതൽ മുപ്പതു വയസ്സുവരെയുള്ള ജീവിതമാണ് ഈ നോവലിൽ പ്രദിപാദിച്ചിരിക്കുന്നത്.

മറ്റൊരു പ്രധാന കൃതിയാണ് മഞ്ഞ്. 1964ൽ ആണ് എം.ടി മഞ്ഞ് എഴുതുന്നത്. അന്ന് എം.ടിക്ക് മുപ്പതു വയസ്സ്. ഇന്ന് മഞ്ഞ് രചിക്കപ്പെപ്പട്ടിട്ട് ഇത്രയേറെ വർഷങ്ങൾ കഴിഞ്ഞിട്ടും ഈ നോവലിന്റെ പ്രാധാന്യം മലയാള സാഹിത്യ ലോകത്തുനിന്നും മാഞ്ഞുപോയിട്ടി

കെ. ജയകുമാറിനൊപ്പം

കോഴിക്കോട് ജില്ലാ കലക്ടർ യു. വി. ജോസിനോടൊപ്പം

ല്ല. മലയാള നോവൽ കവിതയോടടുത്തത് ഈ നോവലിലൂടെയാണെന്ന് വേണമെങ്കിൽ പറയാം. നീല കണ്ണുകളുള്ള കാമുകനെ കാത്തിരിക്കുന്ന വിമല എന്ന സ്ത്രീയുടെ കഥയാണ് മഞ്ഞ്. നൈനിറ്റാളിന്റെ പശ്ചാത്തലത്തിലെഴുതിയ ഈ കൃതിക്ക് കാൽപനിക സ്വഭാവമുണ്ട്. ഓരോ വാക്കിലും നിരവധി അർത്ഥങ്ങൾ നിറഞ്ഞിരിക്കുന്ന ഈ കൃതി കവിത പോലെ സുന്ദരമാണ്. മഞ്ഞിൽ എം.ടി സംഗീതം നിറച്ചിരിക്കുകയാണ് എന്ന് നിരൂപകർ പറയാറുണ്ട്. വർഷങ്ങൾക്കു മുൻപ് കണ്ടുമുട്ടിയ സുധീർകുമാർ മിശ്രയെന്ന കാമുകനുവേണ്ടിയാണ് വിമലയുടെ കാത്തിരിപ്പ്. 'കാത്തിരിപ്പ്' എന്ന ആശയമാണ് നോവലിലെ കേന്ദ്രബിന്ദു.

മഞ്ഞ് ബോധധാരാരീതിയിൽ എഴുതപ്പെട്ട നോവലാണ്. "ബോധധാരാ നോവൽ എന്നാലെന്താ അച്ഛാ?..." ഞാൻ ചോദിച്ചു.

അച്ഛൻ പറഞ്ഞു തന്നു. "അതായത് ഒരു നോവലിലെ നായികയുടെയോ നായകന്റെയോ അല്ലെങ്കിൽ ആ നോവലിന്റെ കഥ ആരിലൂടെയാണോ പറയുന്നത് അയാളുടെയോ-ആഖ്യാതാവ് അത്മാവിന്റെ നേരിട്ടുള്ള ഇടപെടലിലൂടെ കഥയുടെ പ്രമേയത്തെ മുൻപോട്ടു കൊണ്ടുപോകുന്ന രീതിയാണ് 'ബോധധാര' എന്നു പറയുന്നതു കൊണ്ട് ഉദ്ദേശിക്കുന്നത്. മലയാളത്തിലെ ആദ്യത്തെ ബോധധാര നോവൽ പോത്തിക്കര റാഫിയുടെ സ്വർഗ്ഗദൂതനാണ്. മഞ്ഞിലെ നായികയായ വിമലയുടെ ചിന്തകളിലൂടെയാണ് പ്രമേയം വായനക്കാരിലേക്ക് എത്തുന്നത്.

"ഇനിയും എം.ടിയുടെ വേറെ നോവലുകളുണ്ടോ?" "അമ്മൂന് മുത്തശ്ശി മഹാഭാരതകഥകൾ പറഞ്ഞുതന്നിട്ടില്ലേ?" അച്ഛൻ ചോദിച്ചു. ആ മഹാഭാരതകഥകളിലെ ഭീമൻ കേന്ദ്രകഥാപാത്രമായി വരുന്ന നോവലാണ് രണ്ടാംമൂഴം. അച്ഛൻ എഴുന്നേറ്റ് ഉമ്മറത്തേയ്ക്ക് നടന്നു. രണ്ടാമൂഴത്തെക്കുറിച്ചറിയാനുള്ള ആവേശംകൊണ്ട് ഞാനും പിന്നാലെകൂടി.

1977 നവംബറിൽ എം.ടിക്ക് ഗുരുതരമായ ഒരു അസുഖം വന്നു. മരണത്തെ മുൻപിൽ കണ്ട എം.ടി കുറേ നാൾ ആശുപത്രിയിൽ ചിലവഴിച്ചു. എല്ലാവരും എം.ടി മരിച്ചു പോകുമെന്ന് തന്നെ കരുതി.

സംവിധായകൻ കമലിനൊപ്പം

'നീലത്താമര' സിനിമാചിത്രീകരണവേളയിൽ സംവിധായകൻ ലാൽജോസിനോടൊപ്പം

എന്നാൽ കടുത്ത് ആരോഗ്യപ്രശ്നങ്ങൾ അലട്ടിയിരുന്നപ്പോഴും അദ്ദേഹം എഴുത്തു നിർത്തിയില്ല. അക്കാലത്താണ് എം.ടി കിളിവാതിലിലൂടെ എന്ന പംക്തി കലാകൗമുദിയിൽ എഴുതുന്നത്. ആശുപത്രി ജനാലയിലൂടെ താൻ കണ്ട കാഴ്ചകൾ 'കിളിവാതിലിലൂടെ'എന്ന പംക്തിയിലൂടെ വായനക്കാരിലേക്ക് എത്തിക്കാൻ എം.ടിക്ക് സാധിച്ചു. ആശുപത്രിവാസത്തിനു ശേഷം മരണത്തിൽനിന്നും ജീവിതത്തിലേക്ക് എം.ടി ആരോഗ്യവാനായി തിരിച്ചു വന്നു.

അതിനുശേഷം അദ്ദേഹം എഴുതിയ നോവലാണ് രണ്ടാംമൂഴം. മഹാഭാരതത്തിന്റെ കഥയാണ് ഇതിനും. എന്നാൽ ഈ മഹാഭാരത കഥയെ നാം വായിക്കുന്നത്. അതിശക്തനും ലളിതചിന്താഗതിക്കാരനുമായ ഭീമൻ എന്ന കഥാപാത്രത്തിന്റെ കണ്ണിലൂടെയാണ്. പഞ്ചപാണ്ഡവന്മാരിൽ എത്രാമനാണ് ഭീമൻ?.

'രണ്ടാമൻ' ഞാൻ ഉത്തരം ചാടി പറഞ്ഞു. എല്ലായ്പ്പോഴും അർജുനനോ യുധിഷ്ഠിരനോ ശേഷം മാത്രം ഊഴം ലഭിക്കുന്നവനാണ് ഭീമൻ. പാഞ്ചാലിയുടെ കാര്യത്തിലും അത് അങ്ങനെതന്നെയാണ്. ഭീമൻ എന്നും ഒരു രണ്ടാമൂഴക്കാരനാണ്. അതുതന്നെയാണ് നോവലിന്റെ പേരിനു പിന്നിലും. 1985 ലെ വയലാർ അവാർഡ് ലഭിച്ച

കൃതിയാണ് രണ്ടാമൂഴം. 'കടലിനു കറുത്ത നിറമായിരുന്നു' എന്നാരംഭിക്കുന്ന ഈ ഇതിഹാസ കൃതി മലയാളസാഹിത്യത്തിലെ ഏറ്റവും പ്രധാനപ്പെട്ട സാഹിത്യ സൃഷ്ടികളിലൊന്നാണ്. 'യാത്ര' എന്നാണ് ആദ്യ അദ്ധ്യായത്തിന്റെ പേര്. ഫ്ളാഷ്ബാക്ക് സങ്കേതമുപയോഗിച്ചാണ് കഥപറച്ചിൽ. തുടർന്ന് കൊടുങ്കാറ്റിന്റെ മർമ്മരം, വനവീഥികൾ, അക്ഷയഹൃദയം, പഞ്ചവർണ്ണപൂക്കൾ, വിരാടം, ജീർണ്ണ വസ്ത്രങ്ങൾ, പൈതൃകം, ഫലശ്രുതി എന്നിങ്ങനെയുള്ള അധ്യായങ്ങളിലൂടെ കഥ മുൻപോട്ടുപോകുന്നു.

"അമ്മു നന്നായി വായിക്കണം കേട്ടോ" ഒരു തെല്ലു നേരത്തെ നിശ്ശബ്ദതയ്ക്കുശേഷം അച്ഛൻ പറഞ്ഞു. 'അച്ഛാ, കുട്ടികൾക്ക് വായിക്കാൻ എം.ടി എന്താ ഒന്നും എഴുതാത്തത്...? എല്ലാം വലിയ വലിയ നോവലുകൾ.' ഞാൻ പരിഭവിച്ചു. ആരു പറഞ്ഞു എം.ടി കുട്ടികൾക്കുവേണ്ടി എഴുതിയിട്ടില്ലെന്ന്? ബാലസാഹിത്യകൃതികളും ഉണ്ട്. ആദ്യകാലത്ത് കെ.സരളയെന്ന തൂലികാനാമത്തിൽ എം.ടി ബാലസാഹിത്യകൃതികൾ എഴുതിയിരുന്നു. മാണിക്യക്കല്ല് അദ്ദേഹത്തിന്റെ പ്രശസ്തമായ ഒരു ബാലസാഹിത്യകൃതിയാണ് 'ദയ എന്ന പെൺകുട്ടി' എന്നൊരു കഥകൂടി അദ്ദേഹം എഴുതിയിട്ടുണ്ട്. എം.ടിയുടെ നോവലുകളെപ്പറ്റിയല്ലേ നമ്മൾ പറഞ്ഞുവന്നത്... എം.ടി എഴുതിയ നോവ

ആദരിക്കുന്ന ചടങ്ങിൽ പി.വി ഗംഗാധരൻ, വി. ആർ. സുധീഷ്, എം.കെ. രാഘവൻ എന്നിവർക്കൊപ്പം

ഏഷ്യാവിഷൻ മൂവി അവാർഡ് വേളയിൽ

ലുകൾ ഇനിയും രണ്ടെണ്ണം കൂടിയുണ്ട്. വിലാപയാത്രയും വാരണാസിയും

എം.ടിയുടെ കഥകളും നോവലുകളും പോലെതന്നെ പ്രധാനമാണ്. ഇരുട്ടിന്റെ ആത്മാവ് എന്നകഥ. അദ്ദേഹം കുട്ടിക്കാലത്ത് അടുത്തറിഞ്ഞ ഭ്രാന്തൻ വേലായുധന്റെ കഥയാണ്. കുട്ട്യേടത്തിയും നിന്റെ ഓർമ്മയ്ക്കും, ഒരു പിറന്നാളിന്റെ ഓർമ്മയുമെല്ലാം സ്വന്തം ജീവിതാനുഭവങ്ങളിൽനിന്ന് ഊർജ്ജമുൾക്കൊണ്ട് രചിച്ചതാണ്. ഓളവും തീരവും, വാരിക്കുഴി, പതനം, ബന്ധനം, സ്വർഗ്ഗം തുറക്കുന്ന സമയം, വാനപ്രസ്ഥം, ദാറുസ്സലാം, രക്തം പുരണ്ട മണൽത്തരികൾ, വെയിലും നിലാവും, കളിവീട്, വേദനയുടെ പൂക്കൾ, ഷെർലക്ക്, ഓപ്പോൾ എന്നിങ്ങനെപോകുന്നു എം.ടിയുടെ പ്രധാന കഥകൾ.

എം.ടി എഴുതിയ നാടകം ഏതാന്ന് അിറയ്യോ അമ്മൂന്? ആ നാടകമാണ് 'ഗോപുര നടയിൽ'. കാഥികന്റെ കല, കാഥികന്റെ പണിപ്പുര, ഹെമിംഗ്‌വേ: ഒരു മുഖവുര എന്നിങ്ങനെ പ്രബന്ധങ്ങളും അദ്ദേഹം രചിച്ചിട്ടുണ്ട്. ധാരാളം യാത്രകൾ ചെയ്തിട്ടുള്ള വ്യക്തി

യാണ് എം.ടി. റഷ്യ, ഫിൻലാൻഡ്, അമേരിക്ക, ജർമ്മനി, കസാക്കി സ്ഥാൻ, ഹോംകോങ്ങ്, ജപ്പാൻ, ദുബായ്, അബുദാബി, ഷാർജ, മസ്ക്കറ്റ്, സിലോൺ , ചൈന മുതലായ നാടുകളിൽ എം.ടി സന്ദർശി ക്കുകയും ആ യാത്രകളെപ്പറ്റി അദ്ദേഹം എഴുതുകയും ചെയ്തിട്ടുണ്ട്.

എം.ടിക്ക് ധാരാളം എഴുത്തുകാരുമായി അടുത്ത പരിചയമു ണ്ടായിരുന്നു. ഒരിക്കൽ എം.ടി, ബഷീർ കഥകളൊക്കെ വായിച്ച് ആരാധന തോന്നിയിരുന്ന കാലത്ത് എറണാകുളത്ത് പോയപ്പോൾ അദ്ദേഹത്തെ നേരിട്ടു കാണണം എന്ന ആഗ്രഹമുണ്ടായി. നേരിട്ടുപോയി കാണാൻ ധൈര്യം പോരാ.. അങ്ങനെയിരിക്കെ, കൂടെ ഉണ്ടായിരുന്ന ഒരാൾ പരിചയപ്പെടുത്തിക്കൊടുക്കാമെന്ന് പറഞ്ഞു. എം.ടി അന്ന് എഴുതിത്തുടങ്ങിയിട്ടേയുള്ളു. പക്ഷേ എം.ടി അന്ന് വേണ്ട എന്ന് പറഞ്ഞ് ദൂരെനിന്ന് ബുക്ക്സ്റ്റാളിൽ ഇരിക്കുന്ന ബഷീ റിനെ കണ്ടിട്ട് മടങ്ങിപോന്നു. പിൽക്കാലത്ത് അവർ പരിചയപ്പെട്ടു. ബഷീർ എം.ടിയെ 'നൂലൻ വാസു' എന്ന് സ്നേഹപൂർവ്വം വിളിക്കു മായിരുന്നു. തലയോലപ്പറമ്പിൽ വച്ചുള്ള അവരുടെ കൂടിക്കാഴ്ചകൾ പരിചയത്തിന്റെ ആഴം വർദ്ധിപ്പിച്ചിരുന്നു. അച്ഛൻ കഥ പറഞ്ഞുകൊണ്ടിരിക്കെ വീടിന്റെ ഉള്ളിൽനിന്നും ടിവി ശബ്ദിച്ചുതുട ങ്ങി. ഒരു വടക്കൻ വീരഗാഥയാണ്. ചന്തുവിന്റെ പ്രശസ്തമായ ഡയ ലോഗിലേയ്ക്ക് എന്റെ ശ്രദ്ധ പറന്നുപോയി. അച്ഛനെന്റെ തലയിൽ തലോടി. "ഒരു വടക്കൻ വീരഗാഥ'യുടെ തിരക്കഥ ആരുടേതാണെന്ന് അമ്മുവിനറിയാമോ? എം. ടി വാസുദേവൻ നായരാണ് ഈ സിനിമ യുടെ തിരക്കഥ എഴുതിയിരിക്കുന്നത്." എനിക്ക് അതൊരു പുതിയ അറിവായിരുന്നു. "എം.ടി തിരക്കഥയും എഴുതിയിട്ടുണ്ടോ?" ഞാൻ ജിജ്ഞാസ അടക്കാനാവാതെ അച്ഛനോട് ചോദിച്ചു... 'ആഹാ...നല്ല ചോദ്യം...!' എം. ടി ലോകമറിയുന്ന തിരക്കഥാകൃത്താണ്... കൂടാതെ അദ്ദേഹത്തിന്റെ ധാരാളം കൃതികൾ സിനിമയാക്കപ്പെട്ടിട്ടുമുണ്ട്...അ മ്മൂന് അിറയ്യോ, എം.ടി ആറു സിനിമകളും രണ്ടു ഡോക്യുമെന്ററി കളും സംവിധാനം ചെയ്തിട്ടുണ്ട്'. ഞാൻ അത്ഭുതത്തോടെ അച്ഛനെ നോക്കി എം.ടി യെന്ന വിസ്മയത്തെ കൂടുതൽ അടുത്തറിയാനുള്ള ആവേശമായിരുന്നു എന്റെയുള്ളിൽ.

"ഏതൊക്കെയാ അച്ഛാ എം.ടിയുടെ തിരക്കഥകൾ ?" ഞാൻ ചോദിച്ചു. 'എം.ടി സാഹിത്യത്തിൽനിന്നും സിനിമയിൽ വന്നത് യാദൃ

ഷരികമായിട്ടായിരുന്നു. എം.ടിയുടെ ഒരു ചെറുക്കഥ സിനിമയാക്കണമെന്നും അതിന്റെ സ്ക്രിപ്റ്റ് എം.ടി തന്നെ എഴുതണമെന്നും 1963ൽ ശോഭനാ പരമേശ്വരൻ നായർ എം.ടിയോട് ആവശ്യപ്പെട്ടു. വിൻസെന്റായിരുന്നു ഡയറക്ടർ, സ്ക്രിപ്റ്റെഴുതി കുറച്ചു നാൾ കഴിഞ്ഞായിരുന്നു ആ സിനിമയുടെ ഷൂട്ടിംഗ്. അതിന്റെ ആദ്യ ഔട്ട്ഡോർ ഷെഡ്യൂളിലെ പ്രധാന ശ്രമക്കാരിലൊരാളാവേണ്ടി വന്നു എം.ടിക്ക്. പിന്നീട് സിനിമയുടെ പല ഘട്ടങ്ങളിലും അദ്ദേഹം താല്പര്യപൂർവ്വം നോക്കിനിന്നു. അങ്ങനെ അദ്ദേഹത്തിന് സിനിമയെന്ന മാധ്യമത്തോട് അടുപ്പമുണ്ടായി.

ഓളവും തീരവും 1969-ലാണ് പുറത്തിറങ്ങിയത്. പൂർണ്ണമായും സ്റ്റുഡിയോയ്ക്കു വെളിയിലാണ് ഈ ചിത്രം ചിത്രീകരിച്ചത്. മുറപ്പെണ്ണ് അദ്ദേഹത്തിന്റെ അതിപ്രശസ്തമായ ചിത്രമാണ്. 1965ൽ പുറത്തിറങ്ങിയ ഈ ചിത്രം. സ്നേഹത്തിന്റെ മുഖങ്ങൾ എന്ന എം.ടിയുടെ ചെറുകഥയെ ആസ്പദമാക്കിയുള്ളതായിരുന്നു. 1981ൽ എം.ടി കഥയും തിരക്കഥയും സംഭാഷണവും എഴുതിയ ചിത്രമാണ് 'വിൽക്കാനുണ്ട് സ്വപ്നങ്ങൾ'. 1967ൽ ഇറങ്ങിയ 'നഗരമേ നന്ദി', 1966ൽ ഇറങ്ങിയ 'പകൽക്കിനാവ്' എന്നിങ്ങനെ നിരവധി ചിത്രങ്ങളുണ്ട്. എം.ടിയുടെ അസുരവിത്ത് 1968ൽ സിനിമയാക്കപ്പെട്ടു. അതിനും അദ്ദേഹം തന്നെയാണ് തിരക്കഥ രചിച്ചത്. ഇരുട്ടിന്റെ ആത്മാവ്, കുട്ട്യേടത്തി, ഇടവഴിയിലെ പൂച്ച മിണ്ടാപ്പൂച്ച, എവിടെയോ ഒരു ശത്രു, വെള്ളം, പഞ്ചാഗ്നി, നഖക്ഷതങ്ങൾ, അമൃതംഗമയ, ആരൂഢം, ആൾക്കൂട്ടത്തിൽ തനിയെ, അടിയൊഴുക്കുകൾ, ഉയരങ്ങളിൽ, ഋതുഭേദം, എന്നു സ്വന്തം ജാനകിക്കുട്ടി, വൈശാലി, ഒരു വടക്കൻ വീരഗാഥ, തീർത്ഥാടനം, പെരുന്തച്ചൻ, താഴ്വാരം, സുകൃതം, പരിണയം, പഴശ്ശിരാജ, ഒരു ചെറുപുഞ്ചിരി എന്നിങ്ങനെ പോകുന്നു. എം.ടിയുടെ തിരക്കഥകൾ.

'എത്ര തിരക്കഥകളാ...!" ഞാൻ അത്ഭുതംകൂറി. അതെ, അതുമാത്രമല്ല, സിനിമയിൽ ഒരു തനതുശൈലി കൊണ്ടുവരാനും എം.ടിക്ക് സാധിച്ചിട്ടുണ്ട്. ബ്ലാക്ക് ആന്റ് വൈറ്റ് കാലഘട്ടത്തിൽ വടക്കൻ പാട്ടിനെക്കുറിച്ച് ധാരാളം ചലിത്രാവിഷ്കാരങ്ങൾ ഇറങ്ങിയിട്ടുണ്ടെങ്കിലും ഒരു വടക്കൻ വീരഗാഥ പോലെ ഒരു വേറിട്ട ഭാഷ്യം മറ്റൊരിടത്തും നമുക്ക് കാണാൻ സാധിക്കുകയില്ല. പറയിപെറ്റ പന്തിരുകുലത്തിലെ ഒരംഗമായ പെരുന്തച്ചനും മകനും തമ്മിലുള്ള അന്തർ സംഘർഷങ്ങളാണ് പെരുന്തച്ചൻ എന്ന ചിത്രത്തിൽ അവതരിപ്പിക്കുന്നത്. 1994ൽ പുറ

ത്തിറങ്ങിയ പരിണയം എന്ന ചലച്ചിത്രം കുറിയേടത്ത് താത്രിയുടെ സ്മാർത്തവിചാരത്തെ ആസ്പദമാക്കി നിർമ്മിച്ചിട്ടുള്ളതാണ്.

എം. ടിയുടെ വാനപ്രസ്ഥം എന്ന കഥയെ ആസ്പദമാക്കി 2001ൽ ബി കണ്ണൻ സംവിധാനം ചെയ്ത് പുറത്തുവന്ന ചിത്രമാണ് തീർത്ഥാടനം. വർഷങ്ങൾക്കു ശേഷം മൂകാംബികയിൽവെച്ചു കണ്ടുമുട്ടുന്ന അദ്ധ്യാപകനും വിനോദിനി എന്ന വിദ്യാർത്ഥിനിയുമാണ് പ്രധാന കഥാപാത്രങ്ങൾ നമ്മൾ തീയേറ്ററിൽ പോയിക്കണ്ട പഴശ്ശിരാജ ഓർമ്മയില്ലേ? 2009 ൽ പുറത്തിറങ്ങിയ പഴശ്ശിരാജ, ചരിത്ര പ്രാധാന്യമുള്ള ചലച്ചിത്രമാണ്. കേരള വർമ്മ പഴശ്ശിരാജയുടെ ജീവിതവും പോരാട്ടവുമാണ് സിനിമയുടെ ഇതിവൃത്തം. ഒരു ചെറുപുഞ്ചിരിയാണ് എം.ടി തിരക്കഥയെഴുതിയ മറ്റൊരു ചിത്രം.

ഞാൻ ഉമ്മറത്തുനിന്ന് പുറത്തേയ്ക്ക് നോക്കി. സൂര്യൻ അസ്തമിക്കുകയാണ്. ആകാശത്തിന് ചുവന്ന നിറം അമ്മൂന് യക്ഷിക്കഥകളിഷ്ടാണോ?. അച്ഛൻ ചിരിച്ചുകൊണ്ട് ചോദിച്ചു. എന്റെ കണ്ണുകളിൽ ആകാംഷ തിളങ്ങി. ഞാൻ മൂളി എന്നിട്ട് അച്ഛൻ പറയുന്നതു കേൾക്കാൻ കാതുകൂർപ്പിച്ചിരുന്നു.

എം.ടി എഴുതിയ ഒരു ചെറുകഥയുണ്ട് കൊച്ചു കൊച്ചു ഭൂകമ്പങ്ങൾ. അത് ഒരു പെൺകുട്ടിയുടേയും അവളുമായി ചങ്ങാത്തം കൂടുന്ന യക്ഷിയുടെയും കഥയാണ്. 1998ൽ ആ കഥ എന്നു സ്വന്തം ജാനകിക്കുട്ടി എന്ന പേരിൽ സിനിമയായി. ജാനകിക്കുട്ടിയും കൂഞ്ഞാത്തോലും തമ്മിലുള്ള അസാധാരണമായ കൂട്ടുകെട്ട് മലയാളി പ്രേക്ഷകന് ഒരു പുത്തൻ അനുഭവമാണ് പകർന്നത്.

ഞാനിപ്പോൾ പറഞ്ഞതെല്ലാം എം.ടി തിരക്കഥയെഴുതിയ ചിത്രങ്ങളാണ്. ഇനി എം.ടി സംവിധാനം ചെയ്ത ചിത്രങ്ങളുമുണ്ട്.

1973ൽ നിർമ്മാല്യം എന്ന ചിത്രത്തിലൂടെയാണ് എം.ടി സംവിധാനരംഗത്തേയ്ക്ക് ചുവടുവച്ചത്. തിരക്കഥ രചിച്ചതും എം.ടിയായിരുന്നു. മികച്ച നടനുള്ള ദേശീയ പുരസ്കാരം പി.ജെ ആന്റണിക്ക് നേടിക്കൊടുത്ത ഈ ചലച്ചിത്രം മികച്ച സിനിമയ്ക്കുള്ള സംസ്ഥാന അവാർഡ് നേടി. എം.ടി എഴുതിയ പള്ളിവാളും കാൽച്ചിലമ്പും എന്ന ചെറുകഥയുടെ ചലച്ചിത്രാവിഷ്കാരമാണ് നിർമ്മാല്യം. 1978 ൽ അദ്ദേഹം സംവിധാനം ചെയ്ത ചിത്രമാണ് ബന്ധനം, മികച്ച സിനിമയ്ക്കുള്ള സംസ്ഥാന അവാർഡ് ഈ ചിത്രവും നേടിയിട്ടുണ്ട്. 1982 ൽ

അദ്ദേഹം മഞ്ഞ്, വാരിക്കുഴി എന്നീ ചലച്ചിത്രങ്ങൾ സംവിധാനം ചെയ്തു. 1991 ൽ കടവ് എന്ന ചിത്രവും 2000ത്തിൽ ഒരു ചെറുപുഞ്ചിരി എന്ന ചിത്രവും സംവിധാനം ചെയ്തു. ഇതു കൂടാതെ അദ്ദേഹം രണ്ടു ഡോക്യുമെന്ററികൾ കൂടി ചെയ്തിട്ടുണ്ട് 1977ൽ 'മോഹിനിയാട്ടം' എന്ന ഡോക്യുമെന്ററി സംവിധാനം ചെയ്തു. 'തകഴി' അദ്ദേഹം സംവിധാനം ചെയ്ത ഡോക്യുമെന്ററിയാണ്.

എം.ടി യെപ്പറ്റിയും ധാരാളം ഡോക്യുമെന്ററികൾ മലയാളത്തിൽ ഉണ്ടായിട്ടുണ്ട്. എം.ടി യെ അടുത്തറിയാനും അദ്ദേഹത്തിന്റെ സംഭാവനകളെപ്പറ്റി പഠിക്കാനും ഈ ഡോക്യുമെന്ററികൾ സഹായിക്കും. സ്വതവെ ഗൗരവമുള്ള മുഖഭാവമാണ് എം.ടിക്ക്. നിറഞ്ഞ ചിരി അത്യപൂർവ്വം. അർത്ഥം നിറഞ്ഞ നിശ്ശബ്ദതയും വാക്കുകളിലെ ആധികാരികതയും ശക്തിയും എം.ടിയുടെ പ്രത്യേകതകളാണ്. വിവാദ പ്രസ്താവനകൾ മുഴങ്ങുന്നവരുടെ ഇടയിൽ എം.ടി ദീക്ഷിക്കുന്ന മൗനം എത്ര അവസരോചിതവും വാചാലവും ശക്തവുമാണ്. അൽപ നേരത്തെ നിശ്ശബ്ദതയ്ക്ക് ശേഷം അച്ഛൻ കഥയവസാനിപ്പിച്ച് ഉമ്മറപ്പടിയിൽനിന്നും എഴുന്നേറ്റു. ഞാൻ എം.ടിയുടെ ചെറുകഥകൾ വായിക്കുവാനായി അച്ഛൻ പുസ്തകം അടുക്കിവച്ചിരിക്കുന്ന അലമാരയുടെ അടുത്തേയ്ക്ക് നടന്നു.

## 4.

# പുരസ്കാരപെരുമയിൽ

ക്ലാസിൽ ബഹളം വർദ്ധിച്ചുവരികയാണ്. ഇന്റർവെല്ലിനു ശേഷം ഓടിക്കളിച്ച് വിയർത്തുകുളിച്ചിരിക്കുന്ന വിരുതൻമാർ. “ദേ... രാമൻകുട്ടി മാഷ് വരുന്നു.” വരാന്തയിലേക്ക് എത്തിനോക്കി വിഷ്ണു വിളിച്ചുപറ ഞ്ഞു. കേട്ടപാടെ ക്ലാസിൽ സൂചിവീണാൽ കേൾക്കാവുന്ന നിശ്ശബ്ദത. രാമൻകുട്ടിമാഷ് ക്ലാസിൽ എത്തിയതോടെ ക്ലാസ് കേൾക്കാൻ കാതുകൂർപ്പിച്ചിരിക്കുന്ന മിടുക്കികളും മിടുക്കൻമാരുമായി ഞങ്ങൾ മാറി. ഇന്നു മാഷിന്റെ കൈയിൽ കുറെ വസ്തുക്കൾകൂടിയുണ്ട്. ഞങ്ങൾ എത്തി നോക്കി. ചാർട്ടു പേപ്പറുകൾ ചായപെൻസിലുകൾ... ആകാംഷയ്ക്ക് ചിറകു മുളച്ചു.

“എന്തിനാ മാഷെ പേപ്പറും കളർപെൻസിലും?” ആകാംഷ അട ക്കാനാവാതെ സന്ദീപ് വിളിച്ചുചോദിച്ചു. മാഷ് കൈയിലിരുന്നതെല്ലാം താഴെ വച്ച് ഞങ്ങളോട് സംസാരിച്ചുതുടങ്ങി. “കഴിഞ്ഞ ദിവസങ്ങളിൽ പഠിച്ചതെല്ലാം ഓർമ്മയില്ലേ? ഇന്നു നമ്മൾ കുറേയേറെ കാര്യങ്ങൾ പഠി ക്കാൻ പോകുകയാണ്. എന്റെ കൈയിൽ കുറച്ച് പേപ്പറുകളും പെൻസി ലുമൊക്കെയുണ്ട്. നിങ്ങൾ ഇപ്പോൾ രണ്ടു ഗ്രൂപ്പുകളായി തിരിയും . ഓരോ സംഘത്തിനും ഓരോ വിഷയം തരും. നിങ്ങൾ അതിനെപ്പറ്റി ഒരു ചാർട്ടു ണ്ടാക്കണം... എന്താ?” മാഷ് ഞങ്ങളോട് പദ്ധതി വെളിപ്പെടുത്തി. ഒരു കളിക്കു തയ്യാറെടുക്കുന്ന ഉത്സാഹമായിരുന്നു ഞങ്ങൾക്ക് . മേശപ്പുറത്ത് ധാരാളം മാസികകളും പുസ്തകങ്ങളും ഇരിക്കുന്നു. മാഷ് കൊണ്ടുവന്ന

ആ പുസ്തകങ്ങളിൽ ചിലത് എം.ടിയുടെ നോവലുകളും ചെറുകഥകളുമായിരുന്നു. ഞങ്ങൾ രണ്ട് ചെറു സംഘങ്ങളായി തിരിഞ്ഞു. എം.ടിക്ക് ലഭിച്ച ബഹുമതികളും പുരസ്കാരങ്ങളുമാണ് ഞങ്ങൾ ചാർട്ടിലാക്കേണ്ടത്. ചർച്ച ചെയ്തും പുസ്തകങ്ങൾ വായിച്ചും എഴുതാനുള്ളത് കണ്ടെത്താം.ഞങ്ങൾക്ക് ആവേശമായി. അരുണ വടിവൊത്ത അക്ഷരങ്ങളിൽ തലക്കെട്ടെഴുതി.

ഞങ്ങൾ അങ്ങനെ എംടിക്ക് ലഭിച്ച പുരസ്കാരങ്ങളെപ്പറ്റി അന്വേഷിക്കാൻ തുടങ്ങി. 1954-ൽ ന്യൂയോർക്ക് ഹെറാൾഡ് ട്രിബ്യൂൺ സംഘടിപ്പിച്ച ലോക ചെറുകഥാ മത്സരത്തിന്റെ ഭാഗമായി മാതൃഭൂമി കേരളത്തിൽ നടത്തിയ കഥാമത്സരത്തിൽ എംടിയുടെ 'വളർത്തുമൃഗങ്ങൾ' ഒന്നാം സ്ഥാനം നേടി. അതായിരുന്നു എംടിക്ക് ആദ്യമായി ലഭിച്ച അംഗീകാരം. ആദ്യമായി പുസ്തകരൂപത്തിൽ പ്രസിദ്ധീകരിച്ച 'നാലുകെട്ട്' എന്ന നോവലിന് കേരള സാഹിത്യ അക്കാദമി അവാർഡ് ലഭിച്ചു. പിൽക്കാലത്ത് 'സ്വർഗം തുറക്കുന്ന സമയം, ഗോപുരനടയിൽ' എന്നീ കൃതികൾക്കും കേരള സാഹിത്യ അക്കാദമി അവാർഡ് ലഭിച്ചിട്ടുണ്ട്. 'കാലം' എന്ന നോവലിന് കേന്ദ്രസാഹിത്യ അക്കാദമി അവാർഡും 'വാനപ്രസ്ഥത്തിന് ഓടക്കുഴൽ അവാർഡും ലഭിച്ചു. 'കടവ്', 'ഒരു വടക്കൻ വീരഗാഥ', 'സദയം', 'പരിണയം' എന്നീ ചിത്രങ്ങൾക്ക് മികച്ച തിരക്കഥയ്ക്കുള്ള ദേശീയ പുരസ്ക്കാരം ലഭിച്ചു. മലയാളസാഹിത്യത്തിന് നൽകിയ അമൂല്യ

സംസ്ഥാന ചലച്ചിത്ര അവാർഡ്ദാന ചടങ്ങിൽ ഉമ്മൻചാണ്ടി,
തിരുവഞ്ചൂർ രാധാകൃഷ്ണൻ, കെ. മുരളീധരൻ, വി. എസ് ശിവകുമാർ എന്നിവർക്കൊപ്പം

സംഭാവനകളെ കണക്കിലെടുത്ത് 1996ൽ കാലിക്കറ്റ് സർവ്വകലാശാല ഡി.ലിറ്റ് ബിരുദം നൽകി അദ്ദേഹത്തെ ആദരിച്ചു. 1995 ലെ 'ജ്ഞാന പീഠം' പുരസ്ക്കാരവും അദ്ദേഹത്തിനായിരുന്നു. 2005ൽ 'പത്മഭൂഷൺ' നൽകി രാഷ്ട്രം അദ്ദേഹത്തെ ആദരിച്ചു.

"ഇത്രയും പുരസ്ക്കാരങ്ങളോ?"—വിഷ്ണുവിന് അത്ഭുതമടക്കാനായില്ല. അതെ വിഷ്ണു അത്രമാത്രമാണ് എം.ടി. മലയാളത്തിന് നൽകിയ സംഭാവനകൾ. പലവർണ്ണത്തിലുള്ള ചാർട്ടിലൂടെ കണ്ണോടിച്ചുകൊണ്ട് മാഷ് പറഞ്ഞു.

| വർഷം | അവാർഡ് | കൃതി/സിനിമ |
|---|---|---|

1959 കേരള സാഹിത്യ അക്കാദമി അവാർഡ് - നാലുകെട്ട്(നോവൽ)

1970 കേന്ദ്ര സാഹിത്യ അക്കാദമി അവാർഡ് - കാലം(നോവൽ)

1973 മികച്ച ചലച്ചിത്രത്തിനുള്ള ദേശീയ പുരസ്ക്കാരം
(രാഷ്ട്രപതിയുടെ സ്വർണമെഡൽ) - നിർമ്മാല്യം

1974 ജോക്കാർത്ത ഏഷ്യൻ ഫിലിം ഫെസ്റ്റിവെലിൽ ഏറ്റവും മികച്ച ഏഷ്യൻ സിനിമയ്ക്കുള്ള 'ഗരുഡ അവാർഡ്' - നിർമ്മാല്യം

1982 കേരള സാഹിത്യ അക്കാദമി അവാർഡ്
-ഗോപുരനടയിൽ (നാടകം)

1984 വയലാർ അവാർഡ് മുട്ടത്തുവർക്കിഫൗണ്ടേഷൻ അവാർഡ്
-രണ്ടാംമൂഴം(നോവൽ)

1986 കേരള സാഹിത്യ അക്കാദമി

1990 മികച്ച തിരക്കഥയ്ക്കുള്ള ദേശീയ പുരസ്ക്കാരം
-ഒരു വടക്കൻ വീരഗാഥ

1991 സിങ്കപ്പൂർ ഇന്റർനാഷണൽ ഫിലിംഫെസ്റ്റിവെൽ
പ്രത്യേക ജൂറി പുരസ്ക്കാരമായസിൽവർ സ്ക്രീൻ അവാർഡ്
-കടവ്

1992 മികച്ച തിരക്കഥയ്ക്കുള്ള ദേശീയ അവാർഡ് - കടവ്

1992 ജപ്പാനിലെ ഓക്കയാമ ഇന്റർനാഷണൽ ഫിലിം ഫെസ്റ്റിവലിലെ ഗ്രാൻപ്രി അവാർഡ് - കടവ്

1993 മികച്ച തിരക്കഥയ്ക്കുള്ള ദേശീയ അവാർഡ് - സദയം

1993 ഓടക്കുഴൽ അവാർഡ് - വാനപ്രസ്ഥം

1995 മികച്ച തിരക്കഥയ്ക്കുള്ള ദേശീയ അവാർഡ് - പരിണയം

1995 ജ്ഞാനപീഠം

1996 കാലിക്കറ്റ് സർവ്വകലാശാലയും മഹാത്മാഗാന്ധി സർവ്വകലാശാലയും ഓണററി ഡി-ലിറ്റ് ബിരുദം നൽകി

2005 കേരള സാഹിത്യ അക്കാദമിയുടെ വിശിഷ്ടാംഗത്വം

2008 കൊൽക്കത്ത നേതാജി ഓപ്പൺ യൂണിവേഴ്സ്റ്റി ഡി ലിറ്റ് ബിരുദം നല്കി

2011 എഴുത്തച്ഛൻ പുരസ്ക്കാരം

ചാർട്ട് വായിച്ചശേഷം രാമൻകുട്ടി മാഷ് ഞങ്ങളെ അഭിനന്ദിച്ചു. ക്ലാസിലെ ഉയരക്കാരൻ വിഷ്ണു ഞങ്ങളുടെ ചാർട്ട് ക്ലാസിന്റെ ചുവരിൽ തൂക്കിയിട്ടു.

നിങ്ങൾക്കറിയാമോ ഇതുകൂടാതെ എംടിക്ക് നിരവധി തവണ സംസ്ഥാന ചലച്ചിത്ര അവാർഡും ലഭിച്ചിട്ടുണ്ട്. ഓളവും തീരവും, ബന്ധനം, ഓപ്പോൾ, ആരൂഢം, വളർത്തുമൃഗങ്ങൾ, അനുബന്ധം, തൃഷ്ണ, ഇടവഴിയിലെ പൂച്ച മിണ്ടാപൂച്ച, അമൃതംഗമയ, പെരുന്തച്ചൻ,സുകൃതം, ഒരുചെറുപുഞ്ചിരി, തീർത്ഥാടനം തുടങ്ങിയ സിനിമകൾക്കാണ് സംസ്ഥാന അവാർഡ് ലഭിച്ചത്. നാലുതവണ ദേശീയ അവാർഡ് ലഭിച്ചു എന്നതും എംടിക്കുള്ള മറ്റൊരു പ്രത്യേകതയാണ്. മാതൃഭൂമി പീരിയോഡിക്കൽസ്, പത്രാധിപർ, കേരളാ സാഹിത്യ അക്കാദമി പ്രസിഡന്റ്, കേന്ദ്ര സാഹിത്യ അക്കാദമി എക്സിക്യൂട്ടീവ് മെമ്പർ, എന്നിങ്ങനെയുള്ള സ്ഥാനങ്ങൾ അലങ്കരിച്ചിട്ടുണ്ട്. നാഷണൽ ഫിലിം ഡവലപ്മെന്റ് കോർപ്പറേഷൻ, ഫിലിം സിറ്റിംഗ് കമ്മറ്റി എന്നിവയിൽ അംഗമായിട്ടുണ്ട് മലയാള സിനിമയ്ക്ക് അദ്ദേഹം നൽകിയ സമഗ്രസംഭാവനകളെ പരിഗണിച്ച് പ്രേംനസീർ അവാർഡ് ലഭിച്ചു. മുറപ്പെണ്ണ് എന്ന സിനിമയാണ് എംടിയുടെ ആദ്യ തിരക്കഥ. മുറപ്പെണ്ണു മുതൽ ഇങ്ങോട്ടുള്ള ഓരോ ചിത്രത്തിലും സർഗ്ഗാത്മകതയുടെ വിസ്മയങ്ങൾ കരുതി വയ്ക്കാൻ എം ടിക്ക് സാധിച്ചു.

എം.ടി.ക്ക് ലഭിച്ച അവാർഡുകളെപ്പറ്റി എഴുതിയ ഞങ്ങളുടെ ചാർട്ടിന്റെ തൊട്ടടുത്തായി അടുത്ത ഗ്രൂപ്പിന്റെ ചാർട്ടും ഇടം പിടിച്ചു. അരികിൽ പൂക്കൾ വരച്ച ആ ചാർട്ടിൽ എം.ടിയുടെ കൃതികൾ എഴുതി വച്ചിരിക്കുന്നു. തൊട്ടതെല്ലാം പൊന്നാക്കിയ അതുല്ല്യ പ്രതിഭയാണ് എം.ടി വാസുദേവൻ നായർ. തിരഞ്ഞെടുത്ത കഥകളുൾപ്പെടെ 20 കഥാസമാഹാരങ്ങളും എൻ.പി മുഹമ്മദുമായി ചേർന്നെഴുതിയ 'അറബിപ്പൊന്നുൾപ്പെടെ' 9 നോവലുകളും, മൂന്നു സാഹിത്യപഠനങ്ങളും, നാല് ലേഖന സമാഹാരങ്ങളും, മൂന്നു യാത്രാവിവരണങ്ങളും, ഒരു നാടകവും നാല് ബാലസാഹിത്യകൃതികളും കൂടാതെ തിരക്കഥാ സമാഹാരങ്ങളും അടങ്ങുന്നതാണ് എം.ടിയുടെ സാഹിത്യ ജീവിതം.

## എം.ടി വാസുദേവൻ നായരുടെ കൃതികൾ

**നോവൽ**

1956 – പാതിരാവും പകൽവെളിച്ചവും
1959 – നാലുകെട്ട്
1960 – അറബിപ്പൊന്ന് (എൻ.പി. മുഹമ്മദിനോടൊപ്പം)
1963 – അസുരവിത്ത്
1964 – മഞ്ഞ്
1969 – കാലം
1978 – വിലാപയാത്ര
1984 – രണ്ടാംമൂഴം
2002 – വാരാണസി

**ചെറുകഥ**

1952 – രക്തം പുരണ്ട മൺതരികൾ
1954 – വെയിലും നിലാവും
1955 – വേദനയുടെ പൂക്കൾ
1956 – നിന്റെ ഓർമ്മയ്ക്ക്
1957 – ഓളവും തീരവും
1957 – ഇരുട്ടിന്റെ ആത്മാവ്
1959 – കുട്ട്യേടത്തി
1960 – നഷ്ടപ്പെട്ടദിനങ്ങൾ
1963 – ബന്ധനം
1966 – പതനം
1966 – കളിവീട്
1967 – വാരിക്കുഴി

| | | |
|---|---|---|
| 1968 | – | തിരഞ്ഞെടുത്ത കഥകൾ |
| 1972 | – | ഡാർ എസ് സലാം |
| 1973 | – | അജ്ഞാതന്റെ ഉയരാത്ത സ്മാരകം |
| 1978 | – | അഭയം തേടി വീണ്ടും |
| 1980 | – | സ്വർഗം തുറക്കുന്ന സമയം |
| 1992 | – | വാനപ്രസ്ഥം |
| 1997 | – | ഷെർലക്ക് |
| 2003 | – | എന്റെ പ്രിയപ്പെട്ട കഥകൾ |

**ഓർമ്മക്കുറിപ്പുകൾ**

| | | |
|---|---|---|
| 2003 | – | സ്നേഹാദരങ്ങളോടെ |
| 2005 | – | അമ്മയ്ക്ക് |
| 2010 | – | ചിത്രത്തെരുവുകൾ |

**പഠനങ്ങൾ**

| | | |
|---|---|---|
| 1963 | – | കാഥികന്റെ പണിപ്പുര |
| 1968 | – | ഹെമിങ്ങ് വേ-ഒരു മുഖവുര |
| 1984 | – | കാഥികന്റെ കഥ |

**യാത്രാവിവരണങ്ങൾ**

| | | |
|---|---|---|
| 1966 | – | മനുഷ്യർ നിഴലുകൾ |
| 1972 | – | ആൾക്കൂട്ടത്തിൽ തനിയെ |
| 1996 | – | വൻകടലിലെ തുഴവള്ളക്കാർ |

**നാടകം**

| | | |
|---|---|---|
| 1980 | – | ഗോപുരനടയിൽ |

**ലേഖനം**

| | | |
|---|---|---|
| 1992 | – | കിളിവാതിലിലൂടെ |
| 1994 | – | ഏകാകികളുടെ ശബ്ദം |
| 1998 | – | രമണീയം ഒരു കാലം |
| 2003 | – | കണ്ണാന്തളിപ്പൂക്കളുടെ കാലം |

**ബാലസാഹിത്യകൃതികൾ**

1957 - മാണിക്യക്കല്ല്

1987 - ദയ എന്ന പെൺകുട്ടി

1993 - തന്ത്രക്കാരി

2009 - മാണിക്യക്കല്ലും കുട്ടിക്കഥകളും ചിത്രങ്ങളും

**പ്രഭാഷണം**

1999 - വാക്കുകളുടെ വിസ്മയം

**തിരക്കഥ**

1970 - നിഴലാട്ടം

1978 - എം.ടി യുടെ തിരക്കഥകൾ (നിർമ്മാല്യം, ഇരുട്ടിന്റെ ആത്മാവ്, ഓളവും തീരവും, കന്യാകുമാരി, കുട്ട്യേടത്തി, മുറപ്പെണ്ണ്)

1983 - എന്റെ പ്രിയപ്പെട്ട തിരക്കഥകൾ (ഓപ്പോൾ, വാരിക്കുഴി, ആരൂഢം, നീലത്താമര, ഇടവഴിയിലെപ്പൂച്ച മിണ്ടാപ്പൂച്ച)

1989 - വൈശാലി

1989 - ഒരു വടക്കൻ വീരഗാഥ

1992 - പെരുന്തച്ചൻ

1994 - നഖക്ഷതങ്ങൾ

1996 - സുകൃതം

2000 - ദയ

2001 - ഒരു ചെറുപുഞ്ചിരി

2008 - ആൾക്കൂട്ടത്തിൽ തനിയെ

2008 - അടിയൊഴുക്കുകൾ

2008 - നഗരമെ നന്ദി

2009 - എവിടെയോ ഒരു ശത്രു

2010 - കേരളവർമ്മപഴശ്ശി രാജ

2011 - എം.ടി. യുടെ തിരക്കഥകൾ (വോള്യങ്ങൾ)

വിവർത്തനങ്ങൾ

1984 - ജീവിത ഗ്രന്ഥത്തിൽ എഴുതിയത് (ലോകകഥ-എൻപി മുഹമ്മദിനൊപ്പം)

1988 - പകർപ്പവകാശനിയമം

എം.ടിയുടെ കൃതികളെപ്പറ്റിയുള്ള ചാർട്ടും രാമൻകുട്ടി മാഷിന് ഒരുപാട് ഇഷ്ടമായി. മാഷ് ക്ലാസ് തുടർന്നു നിങ്ങൾക്കറിയാമോ, എം.ടി നിരവധി മേഖലകളിൽ പ്രവർത്തിച്ചിട്ടുണ്ട്. വെസ്റ്റ് കോസ്റ്റ് ബുക്സ്, ക്ലാസിക് ബുക് ട്രസ്റ്റ് എന്നീ പ്രധാന സ്ഥാപനങ്ങളുമായി ബന്ധപ്പെട്ട് അദ്ദേഹം പ്രവർത്തിച്ചിരുന്നു. നോവൽ ഫിലിംസ് എന്ന പേരിൽ എം.ടി ഒരു ചലചിത്ര നിർമ്മാണ കമ്പനിയും നടത്തിയിട്ടുണ്ട്. കേന്ദ്ര സാഹിത്യ അക്കാദമിയുടെയും മറ്റു പല സാഹിത്യ അക്കാദമികളുടെയും സാഹിത്യാനുബന്ധ വേദികളിൽ എം.ടി നിരവധി പ്രബന്ധങ്ങൾ അവതരിപ്പിച്ചിട്ടുണ്ട്. ഇന്ത്യയിലെ പ്രമുഖ സർവ്വകലാശാലകളിലും ദേശീയ സെമിനാറുകളിലും സംസാരിക്കുകയും പ്രബന്ധാവതരണം നടത്തുകയും, ചെയ്തിട്ടുണ്ട് .1968 മുതൽ അദ്ദേഹം പൂനെ ഫിലിം ഇൻസ്റ്റിറ്റ്യൂട്ടിൽ തിരക്കഥയെപ്പറ്റി ക്ലാസുകൾ എടുത്തിരുന്നു. നാലു വർഷം അദ്ദേഹം അവിടെ ഗസ്റ്റ് ലക്ചററായിരുന്നു.1995ൽ അദ്ദേഹം സാഹിത്യ അക്കാദമി പ്രസിഡന്റായിരുന്നു. 1995 മുതൽ 2005 വരെ അദ്ദേഹം തുഞ്ചൻ സ്മാരക സമിതി അധ്യക്ഷനായും പ്രവർത്തിച്ചു. കേരളത്തിന്റെ സാമൂഹിക സാംസ്കാരിക വേദികളിൽ അദ്ദേഹം നൽകിയ സംഭാവനകൾ അനവധിയാണ്. ഇന്നും സാംസ്കാരിക കേരളത്തിന് ഒഴിച്ചുകൂടാനാവാത്ത വ്യക്തിത്വമാണ് എം.ടി വാസുദേവൻ നായർ. പരിസ്ഥിതി സംരക്ഷണത്തെക്കുറിച്ച് ഏറെ അവബോധമുള്ള എഴുത്തുകാരനാണ് എം.ടി. വറ്റി വരളുന്ന നിളയെപ്പറ്റിയുള്ള ആകുലതകൾ അദ്ദേഹം നിരന്തരം പങ്കുവയ്ക്കാറുണ്ട്. മലയാളത്തിന് ഒട്ടേറെ സംഭാവനകൾ നല്കിയ എം.ടി മലയാളഭാഷ ഒരിക്കലും നശിക്കുകയില്ല എന്നും ശ്രേഷ്ഠയായി തുടരുമെന്നും ഉറപ്പിച്ചു പറയുന്നു. 'നിളയുടെ കഥാകാരനെ'ന്നും, 'മലയാളത്തിന്റെ ഹെമിംഗ്വേ' എന്നുമൊക്കെ അദ്ദേഹം വിശേഷിപ്പിക്കപ്പെടാറുണ്ട്.

മാഷ് തെല്ലു നേരം നിശ്ശബ്ദനായി. അപ്പോളാണ് ക്ലാസിൽ നിന്നും പുതിയൊരു ആശയം മുൻപോട്ടു വന്നത്. 'മാഷേ, നമുക്ക് എം.ടിക്ക് ഒരു കത്തെഴുതിയാലോ?' രശ്മിയുടെ ആശയം ഞങ്ങൾക്കെല്ലാം ഇഷ്ടപ്പെട്ടു. മാഷും സമ്മതിച്ചതോടെ കാര്യങ്ങൾ ഉഷാറായി.

അതിനിടെ മാഷ് മറ്റൊരു സംഭവം കൂടി ഞങ്ങൾക്ക് പറഞ്ഞു തന്നു. എം.ടിയുടെ അമ്മയ്ക്ക് എഴുത്തും വായനയുമൊക്കെ അറിയാമായിരുന്നെങ്കിലും അമ്മ ആർക്കും കത്തുകൾ എഴുതിയിരുന്നില്ല. അങ്ങനെ എഴുതേണ്ട അവസരം ഉണ്ടാകുമ്പോൾ അമ്മ പറഞ്ഞുകൊടുക്കും എം.ടി എഴുതും. അമ്മ കൃത്യമായ വാചകങ്ങളാണ് പറയുന്നത് എന്നതുകൊണ്ട്

തന്നെ, വീണ്ടും വായിച്ചു കേൾപ്പിക്കേണ്ടിപ്പോലും വരാറില്ല. എഴുതിക്കഴിയുമ്പോൾ കത്തിന്റെ ചുവട്ടിൽ അമ്മാളു എന്നെഴുതി 'അ' എന്നെഴുതി ഒപ്പിടും. അതുകൊണ്ടു തന്നെ എം.ടിയുടെ കോളേജ് പഠനകാലത്ത് ഒരിക്കലും അമ്മയിൽ നിന്ന് കത്തുകൾ ലഭിച്ചിരുന്നില്ല.

അങ്ങനെയിരിക്കെ എം.ടിയുടെ കുറേ കഥകൾ പ്രസിദ്ധീകരിച്ചു കഴിഞ്ഞ് ഒരിക്കൽ അപ്രതീക്ഷിതമായി അദ്ദേഹത്തിന് ഒരു കത്തുകിട്ടി. ആരാണെന്നറിയാമോ ആ കത്തെഴുതിയത്? 'അമ്മയാണോ മാഷേ..' രാഹുൽ ഉറക്കെ ചോദിച്ചു. മാഷ് ചിരിച്ചുകൊണ്ട് തുടർന്നു. അന്ന് കത്തെഴുതിയത് പ്രശസ്ത എഴുത്തുകാരി ലളിതാംബിക അന്തർജനമാണ്. 'പ്രിയ മകനെ' എന്നാണ് ആ കത്ത് ആരംഭിച്ചത്.എം.ടിക്ക് ആ കത്തു നല്കിയ സന്തോഷം എത്രത്തോളമായിരുന്നെന്നോ...

"എം.ടിക്ക് കിട്ടിയ ആദ്യ സമ്മാനം ഏതു കൃതിക്കാണെന്ന് ഓർമ്മയുണ്ടോ?"

'വളർത്തു മൃഗങ്ങൾ'

എല്ലാവരും ഒന്നിച്ചാണ് പറഞ്ഞത്. ഈ സമ്മാനം കിട്ടിയ സമയത്താണ് കുമരനെല്ലൂർ സ്കൂളിന്റെ ജൂബിലിയാഘോഷം. പൂർവ്വ വിദ്യാർത്ഥിയായിരുന്ന എം.ടി.യും ആ ആഘോഷത്തിന്റെ സംഘാടകനായിരുന്നു. പരിപാടിയിൽ ജി. ശങ്കരക്കുറുപ്പായിരുന്നു വിശിഷ്ടാതിഥി. കുറ്റിപ്പുറത്ത് ജി. വണ്ടിയിറങ്ങുമ്പോൾ അദ്ദേഹത്തെ സ്കൂളിലെത്തിക്കുവാനുള്ള ഉത്തരവാദിത്വം എം.ടി.ക്കായിരുന്നു. റെയിൽവേ സ്റ്റേഷനിൽ അദ്ദേഹത്തെ കാത്തു നിന്നപ്പോൾ എം.ടി. ഒരു മാതൃഭൂമി പത്രം വാങ്ങി. അതിൽ അദ്ദേഹത്തിന് ഒന്നാം സ്ഥാനം കിട്ടിയ വാർത്തയുമുണ്ടായിരുന്നു. എം.ടി അത് അപ്പോൾ ആരോടും പറഞ്ഞില്ല. അദ്ദേഹം ജിയെയും കൂട്ടി പരിപാടി നടക്കുന്നിടത്ത് എത്തി. ഈ അവസരത്തിൽ എം.ടിക്ക് സമ്മാനം ലഭിച്ച വിവരം ഡ്രോയിങ്ങ് മാഷറിഞ്ഞു. അദ്ദേഹം അന്ന് അവിടെ അനൗൺസ് ചെയ്തു. ആ ചടങ്ങിൽ ജി.ശങ്കരക്കുറിപ്പിനെ അണിയിച്ച മാല അദ്ദേഹംതന്നെ ആ വേദിയിൽവച്ച് എം.ടി.യെ അണിയിച്ച് അഭിനന്ദിച്ചു. ഒരു തുടക്കക്കാരനുകിട്ടിയ ഏറ്റവും വലിയ അഭിനന്ദനമായിരുന്നു അത്. പിന്നീട് എം.ടി ഇന്നോളം ഒരുപാട് യുവ എഴത്തുകാർക്ക് പ്രചോദനവും മാർഗ്ഗദർശിയുമായി നിലകൊണ്ടു. പുതിയ എഴുത്തുകാരെ വളർത്തുവാനും പ്രോത്സാഹിപ്പിക്കുവാനും അദ്ദേഹം കാട്ടുന്ന ഉത്സാഹം അത്യന്തം പ്രശംസനീയമാണ്. നല്ല എഴുത്തുകാരാകാൻ അദ്ദേഹം കുട്ടികൾക്കു കൊടുക്കുന്ന ഒരു ഉപദേശമുണ്ട്. നന്നായി വായിക്കുക.ശരിയാ

യാലും ഇല്ലെങ്കിലും ധാരാളം എഴുതുക. തെറ്റുകളുണ്ടാകും എങ്കിലും പരിശ്രമിച്ചുകൊണ്ടേയിരിക്കുക. ബെല്ലടിച്ചു. ക്ലാസ് കഴിഞ്ഞു. രാമൻകുട്ടി മാഷ് വരാന്തയിലൂടെ നടന്നകന്നു. ഞങ്ങളുടെ എല്ലാവരുടെയും ഉള്ളിൽ എം.ടിയായിരുന്നു. ധാരാളം വായിക്കുക, എഴുതുക- എം.ടിയെപ്പോലെ, നല്ല എഴുത്തുകാരാവുക എന്ന വലിയ സ്വപ്നവും....

◆

www.ingramcontent.com/pod-product-compliance
Lightning Source LLC
LaVergne TN
LVHW060423051026
849518LV00007B/2685
*9788188021475*